நினைவோ ஒரு பறவை
பாகம் 2

மனோபாலா

நக்கீரன் வெளியீடு

நினைவோ ஒரு பறவை
(பாகம்-2)

மனோபாலா

தொகுப்பு : இரா.த.சக்திவேல்

பதிப்பு 2025
பக்கங்கள் 224
நூலின் அளவு (14X21.5) டெமி
விலை ரூ. 250

வெளியீடு
நக்கீரன்
105, ஜானி ஜான்கான் சாலை
இராயப்பேட்டை
சென்னை 14
செல்: 044- 2688 1700

அட்டை மற்றும் நூலழகு
துரை.கணேசன்

புகைப்பட உதவி
ஞானம்

கட்டமைப்பு
சாருபிரபா பிரிண்டர்ஸ் லிட்.,
சென்னை 14

அச்சாக்கம்
என் பிரிண்டர்ஸ்
சென்னை 14

NINAIVO ORU PARAVAI
(PART-2)

Manobala

Collected : R.D.Sakthivel

Edition 2025
Pages 224
Book Size (14X21.5) Demy
Price Rs. 250

Published by
NAKKHEERAN
105, Jani JahanKhan Road
Royapettah, Chennai 14
Ph 044- 2688 1700

Book Layout by
Durai.Ganesan

Stills by
Gnanam

Binding by
Saaruprabha Printers Ltd.,
Chennai 14

Printed at
N Printers
Chennai 14

நன்றி!

என் குருநாதர்
இயக்குநர் இமயம்
'எங்க டைரக்டர்'
திரு.பாரதிராஜா
அவர்களுக்கு...

பதிப்புரை!

டைரக்டர் -நடிகர் -தயாரிப்பாளர் என திரையுலகில் பன்முகம் காட்டிவரும் அண்ணன் மனோபாலா அவர்கள் 'நக்கீரன்' இதழில், தன் திரையுலக வாழ்க்கை அனுபவங்களை 'நினைவோ ஒரு பறவை' என்ற பெயரில் தொடராக எழுதிவந்தார். அதன் தொகுப்பு ஏற்கனவே ஒரு பாகம் வெளியிடப்பட்டது. இது இரண்டாம் பாகம்.

இந்த நூலில் எம்.ஜி.ஆர்., கலைஞர், சிவாஜி, ரஜினி, கமல், விஜயகாந்த் மற்றும் பல்வேறு பிரபலங்கள் பற்றி சுவாரஸ்யமான தகவல்களைத் தந்துள்ளார் மனோபாலா.

ஒரே நேரத்தில் எம்.ஜி.ஆரின் தொடர்புடைய 'சத்யா மூவிஸ்', கலைஞர் தொடர்புடைய 'பூம்புகார் புரொடக்ஷன்ஸ்' என இருபெரும் நிறுவனங்கள் தங்களது படத்தை இயக்கச் சொல்லி தனக்கு அழைப்பு விடுக்க... அந்தச் சமயத்தில் கலைஞர் பெருந்தன்மையாக விட்டுக் கொடுத்ததை மிக அழகாக பதிவு செய்துள்ளார் மனோபாலா.

எம்.ஜி.ஆரின் மரணத்தன்று, பொதுமக்களின் உணர்ச்சிக் கொந்தளிப்பை 'லைவ்' வர்ணனையாக விவரித்திருக்கும் விதம், அன்றைய நாளையே எதிரில் நிறுத்துகிறது படிப்பவர்களை.

சிவாஜிகணேசன் அவர்கள் கேரக்டர்களை எப்படி பிடிப்பார்? என்பதையும், ரஜினியின் தோற்றத்தில் தனது திரைப்படம் மூலம் பெரும் மாறுதல் செய்ததையும் அருமையாக பதிவு செய்துள்ளார்.

பலவித ரசனைகளை வாசகர்களுக்கு இந்தப் புத்தகம் உண்டாக்கும் என்பதில் மாற்றுக் கருத்தில்லை.

இத்தொடர் + இத்தொகுப்பு வர முக்கிய காரணமாக இருந்த என் அன்புத்தம்பி இரா.த.சக்திவேல் அவர்களை இந்த நேரத்தில் பாராட்டியே தீரவேண்டும். பொதுவாக திரையுலக பிரபலம், அதுவும் எப்பவும் படு பிஸியாகவும், இந்த வயதிலும் துடிப்புடனும் ஆர்வத்துடனும் பம்பரமாய் சுழலும் அண்ணன் மனோபாலா அவர்களை இடைவிடாது துரத்தி, துரத்தி நக்கீரன் வாரம் இருமுறை இதழுக்கு சரியான நேரத்தில் அவரின் தொடர் இடம்பெற கடும் உழைப்பைக் கொடுத்தது பாராட்டுக்குரியது.

'நினைவோ ஒரு பறவை'யின் இரண்டாம் பாகத்தை மகிழ்வோடு வெளியிடுகிறோம். இதற்கும் உங்கள் பேராதரவு தொடரும் என்ற நம்பிக்கையில்....

–நக்கீரன் கோபால்

Bharathirajaa

E-2/G, Parsan Apartments,
Gemini Compound,
Chennai - 600 006
Phone : 044 24345333
Mobile : +91 9840059550
Email:
manojcreations1@gmail.com

என் இனிய தமிழ் மக்களே...

'நினைவோ ஒரு பறவை' மனோபாலாவின் நினைவு என்பதைவிட என்னுடைய நினைவு என்பதே பொருத்தமானதாக இருக்கும். அந்த அளவு அவன் நினைவுகள் என்னை சற்று பின்நோக்கி சிறகடிக்க வைத்தது.

வெகுசனங்களில் ஒரு சிலருக்கே படைப்பாளி ஆகும் திறமை வாய்க்கிறது. அந்த ஒருவருக்கே தன்னையே படைப்பாக்கும் கலை ஆற்றல் வருகிறது. அந்த ஒரு சிலரில் ஓரிருவருக்கே அதை நகைச்சுவையுடன் தரும் நலம் வாய்க்கிறது. என் மனோபாலா அந்த வரிசையில் சிறந்த மாணவனாக இருப்பதை நான் பெருமையாகவும் பிரமிப்பாகவும் பார்க்கிறேன்.

இந்த உருவத்துக்குள் இத்தனை கனமான அனுபவங்களா, ஆஹா! அவை படிப்பவர்க்கு நல்ல சுகமான சிந்தனைகள், நல்ல சிறப்பான

எடுத்துக்காட்டுகள். நல்ல கலைஞன் நம்மை கற்பனைக்கு அழைத்துச் செல்வான். அற்புதமான கலைஞன் நம்மை அழ வைப்பான். அசாத்திய கலைஞனோ நம்மை சிரிக்கவும் வைப்பான்... சிந்திக்கவும் வைப்பான். இப்போது மனோபாலா எந்த ரகம், எந்த வகை என நினைவோ ஒரு பறவை பாகம் ஒன்று படித்த அனைவருக்கும் நன்றாகவே புரிந்திருக்கும்.

சீரியசான விஷயத்தையும் சிரித்துக் கொண்டே சிந்திக்க வைப்பது உண்மையில் மிக மிக கஷ்டமானது. அந்த வகையில் மனோபாலா ஒரு சின்ன நாகேஷ் என்று சொல்லிக்கொள்ளலாம். என்னிடம் உதவி இயக்குனராக சேர்ந்த நாள் முதல் இந்த நிமிடம் வரை அதே பணிவுடனும் அன்புடனும் 'நிறம் மாறாத பூக்களாய்' என் மனதில் நிறைந்திருப்பவன். எத்தனை பரிமாணங்கள் பெற்றாலும் எத்தனை உயரங்கள் தொட்டாலும் என் மாணவன் அதே குரு பக்தியுடன். அவன் கற்றுக்கொண்ட குருகுலத்தில் நான் அவனுக்கு ஆசிரியன் என்று சொல்லிக்கொள்வதில் எனக்கு பெருமை மட்டுமல்ல பெரு மகிழ்ச்சியும் கூட.

அவன் நினைவுகளின் இரண்டாம் பாகம் மட்டுமல்ல எத்தனை பாகங்கள் எழுதினாலும் நானும் அவனுடைய வாசிப்பு வட்டத்தின் மகத்தான ரசிகனே!

வாழ்த்துக்கள் மனோபாலா!

அன்புடன்

பாரதிராஜா

அணிந்துரை!

இயக்குனரும், நடிகருமான என் இனிய நண்பர் மனோபாலாவின் திரைப் பயணம் நீளமானது மட்டுமல்ல, மிகவும் அழகானது.

பாரதிராஜாவின் உதவி இயக்குனராக திரை உலகில் அடியெடுத்து வைத்த மனோபாலா அதற்குப் பின்னாலே இயக்குனராக உயர்ந்து சிவாஜி, ரஜினிகாந்த், விஜயகாந்த், சத்யராஜ், பிரபு, கார்த்திக், மோகன் உட்பட பல முன்னணி கதாநாயகர்களை இயக்குகின்ற வாய்ப்பினைப் பெற்றவர். ஒரு காலகட்டத்திலே நடிகராக அவதாரம் எடுத்த அவர் இன்றைக்கு ஏறக்குறைய ஓராயிரம் திரைப்படங்களிலே நடித்து முடித்து மிகப்பெரிய சாதனையை செய்திருக்கிறார். எந்தத் துறையிலும் காலடி எடுத்து வைப்பதைவிட அதிலே நீடித்து நிற்பதுதான் மிகவும் கடினம் என்பதை நம்மில் பலர் அறிவோம். கடந்த 45 ஆண்டுகளாக இந்தத் திரை உலகில் வெற்றிகரமான இயக்குனராகவும், நடிகராகவும் மனோபாலா வலம் வருகிறார் என்றால் அதற்கு முக்கியமான காரணங்கள் அவருடைய திறமை, அர்ப்பணிப்பு மற்றும் கடும் உழைப்பு.

தன்னுடைய கலை உலகப் பயணத்தில் தான் பெற்ற வித்தியாசமான அனுபவங்களைப் பற்றியும், சந்தித்த திரை ஆளுமைகளைப் பற்றியும் 'நினைவோ ஒரு பறவை' என்ற பெயரிலே நக்கீரன் இதழில் தொடர்ந்து மனோபாலா எழுதினார். திரைக்கலைஞர்கள்மீது மாறாத அன்பு கொண்டிருக்கும் என் இனிய நண்பர் நக்கீரன் கோபால் திரைக் கலைஞர்கள் தங்களுடைய அனுபவங்களை ரசிகர்களோடு பகிர்ந்துகொள்வதற்கு களம் அமைத்துத் தருகின்ற பணியை பல ஆண்டுகளாக செய்து வருகிறார். அவர் தந்த வாய்ப்பை மிகச் சரியாக பயன்படுத்திக் கொண்டு மனோபாலா எழுதிய கட்டுரைகளின் முதல் தொகுப்பு ஏற்கனவே புத்தகமாக வெளியாகி வாசகர்கள் மத்தியில் மிகப்பெரிய வரவேற்பை பெற்றுக் கொண்டிருக்கிறது. அதே போன்ற வரவேற்பை 2ம் தொகுப்பும் பெறும் என்பதில் எந்த சந்தேகமும் இல்லை. ஏனென்றால் மனோபாலாவைப் பொறுத்தவரை இது அவரது வாழ்க்கைப் பயணத்தில் ஒரு பகுதியை சொல்லும் நூல். ஆனால் திரையுலகில் அடி எடுத்து வைத்து எதையாவது சாதிக்க வேண்டும் என்று நினைப்பவர்களுக்கு இது ஒரு பாட நூல்.

அன்புடன்
சித்ரா லட்சுமணன்
பத்திரிகையாளர்- திரைப்படத் தயாரிப்பாளர்-
இயக்குனர்- நடிகர்

அணிந்துரை!

ஒரு சினிமா பித்தன், சினிமா ஆராதகன், வேறெதுவும் செய்ய நினைக்காத பரம சினிமா ரசிகனாக மனோபாலா அவர்கள் இவ்வுலகில் பயணிக்கிறார். எப்படியாவது இயக்குனராகவேண்டும் என விடாப்பிடியாக சென்னைக்கு படையெடுத்து வந்து தான் நினைத்ததை எட்டிய உழைப்பாளி. இந்த புத்தகத்தை வாசித்தபொழுது அவர் பேசுவதுபோலவே, அவர் குரலிலேயே எனக்குக் கேட்டது. எப்பொழுதும் அவர் இருக்கும் இடத்தை கலகலப்பாக வைத்துக்கொள்வார். அதேபோலத்தான் தன் எழுத்திலும் சுவாரசியத்தை தக்க வைத்திருக்கிறார் மனோபாலா சார். ஒரு திரைக்கதைப் போலத்தான் தன் வாழ்வில் நடந்த ஏற்றத்தாழ்வுகளை தனக்கே உரிய நகைச்சுவையோடு சொல்லி நம்மை தன் வாழ்க்கைக்குள் அழைத்துச்செல்கிறார்.

சிறு வயதிலேயே தாயை இழந்த வலியை உட்கொண்ட பாலச்சந்திரன், எதிர் வந்த காலங்களில் தனக்கேற்பட்ட இழப்புகளை தாங்கிக்கொள்ளும் மனவலிமையைப் பெற்று விட்டதுபோலத்தான் எனக்குத் தோன்றுகிறது. மனோபாலா அவர்களின் நகைச்சுவை உணர்வு ஒருவிதத்தில் அந்த சோகத்திலிருந்து உதித்த தற்காப்பு பண்பாக இருக்கலாம்.

பாரதிராஜா அவர்களின்பால் குரு பக்தி இருந்தாலும் உண்மையே சொல்வேன் என்கிற துணிவு இனி வரும் இளம் தலைமுறை உதவி இயக்குனர்களுக்குப் பாடம். தான் சார்ந்திருப்பவர், புகழின் உச்சத்தில் இருந்தாலும், அவருக்கு உண்மை சொல்வதில்தான் அவர்களின் நன்மை உள்ளது எனும் நேர்மை எல்லோருக்கும் அவர் காண்பித்த மிகச்சிறந்த உதாரணம். இது ஒரு சாதாரண மனிதனின் அசாதாரணப் பயணம்.

சினிமா உலகின் திலகங்களுக்குள் ஒளிந்திருக்கும் இடிபாடுகளை வெகு இயல்பாக பதிவு செய்த மனோபாலா அவர்களுக்கு முதற்கண் நன்றி.

சினிமாவை நேசிப்பவர்களை கைத்தூக்கி விடும்.

திரு. கமல்ஹாசன் அவர்களின் பரந்த மனப்பான்மையை மீண்டுமொருமுறை மனோபாலா அவர்களை வழி நடத்தியதில் அறிந்துக் கொண்டேன். கமல் அவர்களின்

அலுவலகத்தில் சினிமாவைப்பற்றி நடந்த எண்ணற்ற உரையாடல்களைப் பற்றி நாங்கள் கேள்விப்பட்டிருக்கிறோம். அந்த உரையாடல்களை பகிர்ந்திருந்தால் இன்னும் சிறப்பாக இருந்திருக்கும். இனி வரும் பகுதிகளில் பகிர்வார் என எதிர்பார்க்கலாம்.

தன்னோடு சேர்ந்து பயணித்தவர்கள் அகாலத்தில் உதிர்ந்துபோனாலும், இன்றும் சினிமாவில் சஜீவமாக இருப்பது அவ்வளவு எளிதானது அல்ல. சினிமாவில் ஏதாவது புதிய முயற்சி நடந்தால் அங்கே மனோபாலா அவர்கள் இருப்பார். இதை நான் நடிகர் சங்கம் சார்ந்த நிகழ்ச்சிகளில் தொடர்ந்து பார்த்துள்ளேன்.

'பிள்ளை நிலா, என புருஷன்தான் எனக்கு மட்டும்தான், ஊர்க்காவலன்' போன்ற மக்களை மகிழ்வித்த திரைப்படங்களைத் தந்த இயக்குனர் மனோபாலாவை விரைவில் பார்க்கவேண்டும்.

அப்புறம் 'மனைவியோடு எந்த மொழியில் உரையாடினீர்கள்' என்று சொல்லவே இல்லையே? இனியும் சொல்ல ஓராயிரம் கதைகள் மனோபாலா அவர்களிடம் உள்ளன, கேட்க நாமும் தயாராக உள்ளோம்.

-நடிகை ரோகிணி

அணிந்துரை!

அன்பு மிக உயர்ந்த மரியாதையாக உயர்கிறது.

''கண்ணால் காண்பதும் பொய்; காதால் கேட்பதும் பொய்; தீர விசாரிப்பதும் பொய்'' என்பதை உண்மைக்கு நெருக்கமானவர்களால் மட்டுமே உணர முடியும்

தன்னிலை உணர்ந்து கற்பனையும், ஒப்பனையும் இல்லாமல் தன் உணர்வுகளை எவன் ஒருவன் நிர்வாணமாக உணரத் துணிகிறானோ அவன்தான் தனக்கான விமர்சனத்தை தானே செய்துகொள்ள தகுதி உள்ளவன் என்று நம்புகிறவன் நான்.

அவ்வளவு எளிதில் எல்லோராலும் அவரவர் கடந்து வந்த பாதைகளை பொய்மை இல்லாமல் இந்த உலகத்திடம் சமர்பித்துவிட முடியாது. தன்னைத்தானே எடை போட்டு பார்த்துக்கொள்ள அனுபவம் என்ற அற்புதமான காலவிரைய கழிவுகளை தூய்மைப்படுத்தி அழகுப் பார்க்கும் துணிவு அனைவருக்கும் வந்துவிடாது.

எந்த எதிர்ப்பார்ப்பும் இன்றி கண்ணீரும், புன்னகையும் வேறு வேறு அல்ல... உணர்வுகளின் வெளிப்பாடுதான் என்று எவனால் கடந்துபோக முடியுமோ அவனால் மட்டுமே இந்த பிரபஞ்சத்தை தனக்கான மேடையாக்கிக் கொள்ள முடியும். அப்படிபட்ட ஒரு மனிதராக, படைப்பாளராக, இயக்குனராக, எழுத்தாளராக, நடிகராக. ஓவியராக, நடன கலைஞராக பார்க்கிறேன், என் அன்புக்குரிய அண்ணன் மனோபாலா அவர்களை.

'நினைவோ ஒரு பறவை'- புத்தகத்தை வாசித்து முடித்தபோது யோசித்து யோசித்து வியந்துப் போனேன். திரையுலகில் நான் அவரை சந்தித்து கடந்துபோகும் தருணங்களில் எல்லாம் என் மீது அன்பு கொண்டு 'என்னடா தம்பி நல்லா இருக்கியா' என்று அன்பு பகிரும் ஒரு அண்ணனாகவே அவரை நேசித்திருக்கிறேன்.

இந்த நூலை வாசித்து முடிக்கும்போது எத்தனை ஆச்சர்யம், எத்தனை பிரமிப்பு, எத்தனை போராட்டம், எத்தனை ரணம், எத்தனை மனிதர்கள், எத்தனை வேடங்கள், இன்னும் எத்தனை எத்தனையோ... அத்தனை நிகழ்வுகளையும் தனக்குள் பதிவுசெய்து வைத்துக் கொண்டு எப்படி இவ்வளவு இலகுவாக இவரால் எதையும் கடந்து போக முடிகிறது, என்று ஆழ்ந்து யோசித்து அமைதிக்காத்த பொழுதுகள் அதிகம்.

ஒரு கலைஞனின் புன்னகைக்கு பின்னால் ஆயிரம் கண்ணீர் துளிகளும் எண்ணிலடங்கா ஏற்றத்தாழ்வுகளும் மறைந்து கிடக்கிறது என்று நான் அடிக்கடி

மேடைகளில் பதிவு செய்வது உண்டு. அதுபோலதான் இந்த புன்னகை வழங்கும் முகத்திற்கு பின்னால் அமிலச் சாரல்களும் அடர்ந்த ரணங்களும் நிறைய நிறமாறிய மனிதர்களும் இருந்திருக்கிறார்கள், இருந்துகொண்டு இருக்கிறார்கள்.

ஒரு சிறந்தப் படைப்பும், ஒரு சிறந்த படைப்பாளனும் எங்கே வெற்றிப் பெறுகிறார்கள் என்றால் வாசிப்பவர்களை யோசிக்க வைப்பதிலும், யோசிக்காமல் உணர்வுகள் பதிவும் செய்வதிலும்தான்.

அதை அண்ணன் மனோபாலாவும் அவரது இந்த படைப்பும் மிக சரியாக செய்து இருக்கிறார்கள். இது சுயசரிதை அல்ல அவர் கடந்துவந்த பயணத்தில் அவரை கடந்துபோகாத நிகழ்வுகளுக்கும், மனிதர்களுக்கும் அவர் கொடுக்கின்ற மறு உயிர்ப்பு.

அவர் இந்த நூலுக்காக புது மொழி தேடாமல் தன் பேச்சுமொழியிலேயே கதைகதையாய் சொல்கிறார். அடடா இப்படி கதைக்கேட்க எவருக்குதான் பிடிக்காது.

இந்த நூல் படித்த பிறகு அவர் மீது கொண்ட அன்பு மிக உயர்ந்த மரியாதைக்குரியதாக மாறுகிறது. இவரோடு பயணம் செய்கிறோம் என பெருமைகொள்ள வைக்கிறது.

எவருக்கும் வெற்றி எளிதில் வந்து விடுவதில்லை. இவருக்கும்தான்.

எல்லோரும் வாசிக்க, நேசிக்க வேண்டிய மனிதர் இவர். சிறந்தப் புத்தகம் என்பது இந்த நூல் மட்டும் அல்ல இவரும்தான்.

இந்த நூலை வெளியீடும் நக்கீரன் பதிப்பகத்திற்கு நன்றி.

அண்ணன் மனோபாலா அவர்களுக்கு அன்பு.

காலம் கடந்து வெல்லட்டும், செல்லட்டும் உங்கள் கலைப்பயணம், வாழ்த்துகளோடும் அன்போடும்.

கவிஞர் *சிநேகன்*

நினைவோ ஒரு பறவை!
பாகம் 2

கறுப்பு விஜயகாந்த்துடன் நடிக்கத் தயங்கிய சிகப்பு கதாநாயகிகள்!

நான் கீழே விழுகிறபோதெல்லாம் கதாசிரியர் கலைமணி கை கொடுத்து தூக்கிவிடுவார்.

மோகன்-ராதிகா நடிப்பில் நான் இயக்கிய 'நான் உங்கள் ரசிகன்' படத்தின் மோசமான ரிசல்ட்டுக்குப் பின்... கலைமணி அழைத்திருந்தார். அதனால் நம்பிக்கையோடு போனேன்.

"இந்த முறை என்ன மாதிரி கதை பண்ணலாம் டைரக்டரே?" என கேட்டார் கலைமணி.

"சார் நீங்கதான் கைவசம் நிறைய கதைகள் வச்சிருப்பீங்களே, அதுல ஒண்ணு சொல்லுங்க" என்றேன்.

அவர் ஒரு கதையை உடனே சொன்னார்.

'ஒருத்தி எப்போதும் எதையாவது திருடிவிட்டு சந்தோஷமாக ஜெயிலுக்குப் போவாள். ஒருமுறை நீதிபதி அவளிடம், 'உனக்கு நாலு வாரம் ஜெயில்'னு சொல்லுவார். 'என்னங்க ஐயா... ஆறு மாசமாவது தண்டனை தரக்கூடாதா?' என்று கேட்பாள். ஜெயிலுக்குள் அவ்வளவு மகிழ்ச்சியாக இருப்பாள்.

மனைவியை இழந்து, கைக்குழந்தையோடு இருக்கும் ஒரு போலீஸ் இன்ஸ்பெக்டர்.

இப்படி கதாநாயகன், கதாநாயகி போர்ஷனை வைத்து கதை

சொன்னார் கலைமணி. அதில் இன்ஸ்பெக்டர் கேரக்டருக்கு அவ்வளவு முக்கியத்துவம் இல்லாமல் இருந்தது.

"சார்... போலீஸ் அதிகாரி கேரக்டருக்கு விஜயகாந்த்திடம் பேசலாம். விஜயகாந்த்துக்கு இப்போ நல்ல மார்க்கெட் இருக்கு. அவருக்காகவே படங்கள் பிசினஸ் ஆகுது. அவருக்கு தகுந்த மாதிரி கேரக்டரை ஆக்‌ஷன் கலந்து டெவலப் பண்ணி, அவர்கிட்ட கதையைச் சொல்லுவோம். பிடிச்சிருந்தா நிச்சயம் நடிப்பாரு. எப்படியாவது நம்ம காம்பஸுக்குள்ள விஜயகாந்த்தை கொண்டு வந்துட்டா... தொடர்ந்து லாபகரமான படங்களை எடுக்கலாம்" என்றேன்.

அதனால் இன்ஸ்பெக்டர் கேரக்டரை அதிரடியாக டெவலப் செய்தார் கலைமணி.

'சிறைப் பறவை' என டைட்டிலும் வைக்கப்பட்டது.

விஜயகாந்த்திற்கான படங்களின் கதையை முதலில் தயாரிப்பாளரும், விஜயகாந்த்தின் நண்பருமான இப்ராஹிம் ராவுத்தர் கேட்பார். அவருக்கு பிடித்திருந்தால்தான், விஜயகாந்த்திடம் கதை சொல்ல அனுப்புவார்.

ராவுத்தரிடம் கதை சொன்னோம். அவருக்கு கதை மிகவும் பிடித்துவிட்டது. ஆனாலும், "அண்ணே... மொத்தக் கதையா பார்த்தோம்னா... இது பொம்பளைக்கான (கதாநாயகிக்கான) கதையா இருக்கு. இருந்தாலும் விஜயகாந்த்திடம் கேட்டுட்டுச் சொல்றேன்" என்றார் ராவுத்தர்.

அன்று மாலையே விஜயகாந்த் வந்ததும், "ஏம்ப்பா... இது பொட்டச்சி கதையாத்தான் இருக்கு. ராதிகா நடிக்குதாம். பேரு ராதிகாவுக்குத்தான் வரும். ஆனாலும் உன்னோட கேரக்டரை கெத்தா பேலன்ஸ் பண்ணித் தர்றம்கிறார் கலைமணி அண்ணன். அவர்மேல நம்பிக்கை வச்சாத்தான்... நம்பிக்கை வச்சுத்தான் இந்தக் கதையை ஒப்புக்க முடியும். கலைமணி அண்ணன் மேல நம்பிக்கை வச்சா... இங்கிட்டு மனோபாலா சார் இருக்காரு, மியூஸிக் இளையராஜா அண்ணன்... இவங்க மூணு பேரும் சேர்ந்தாலே படம் ஹிட்டுதான். நீ சம்மதம் சொன்னா, அவங்களை உடனே வரச் சொல்றேன். இல்லேன்னாலும் வேணாம்னு சொல்லிடலாம்" என விஜயகாந்த்திடம் ராவுத்தர் சொல்ல...

"அவங்கள வரச்சொல்லு" என விஜயகாந்த் சொல்லியிருக்கிறார்.

ராவுத்தர் எங்களுக்கு தகவல் தெரிவிக்க... நானும், கலைமணி

'சிறைப் பறவை'
ராதிகா - விஜயகாந்த்

சாரும் தி.நகர் பாண்டிபஜார் ஆபீஸிற்கு கிளம்பிப் போனோம். விஜயகாந்திடம் பேசினோம்.

அப்போது விஜயகாந்த் ஒரு கண்டிஷன் வைத்தார். ‘‘இது ஹீரோயின் சப்ஜெக்ட். ஆனா... உங்களுக்காக நான் இதில் நடிக்கிறேன். அப்படி நான் நடிக்கிறதா இருந்தா, எனக்குன்னு சில மாற்றங்களைச் செய்தா போதும். ஆனா... அடுத்த ஒரு கதையை நீங்க உருவாக்கணும். என்னோட வேல்யூவுக்கு தகுந்த மாதிரி அந்தக் கதையை உருவாக்கணும். அப்படி ஒரு கதையை உருவாக்குறதா நீங்க உத்தரவாதம் தந்தா இந்தக் கதையில் நான் நடிக்கிறேன். நீங்க டைம் எடுத்து யோசிச்சிட்டு பதில் சொன்னா போதும்'' என்றார்.

நானும், கலைமணியும் வெளியே வந்தோம்.

‘‘இது சரியா வருமா டைரக்டரே? கதைக்குள்ளதான் ஆர்டிஸ்ட் இருக்கணும். ஆர்டிஸ்ட்டுக்காக கதையை மாத்தினா கதை கெட்டுடுமே...'' என்றார்.

‘‘சார்... விஜயகாந்த் இப்போ ஆக்ஷன் ஹீரோவா மார்க்கெட்ல இருக்கார். அவருக்காக ஸ்டண்ட் ஸீன்களையும், ஒண்ணு ரெண்ணு ஹீரோயிஸ ஸீன்களையும் வைக்கிறது தப்பில்லையே'' என்றேன்.

இப்படி பேசிக்கொண்டே ஆழ்வார்பேட்டை வரை நடந்து வந்துவிட்டோம்.

கலைமணியுடன் உடன் இருந்த எல்லாருமே... ‘‘சார், விஜயகாந்திற்கு தகுந்த மாதிரி ஸீன்களை மாத்துறதில் தப்பில்ல. ஒரு ஆக்ஷன் ஹீரோவுக்கு கதை பண்ணீட்டிங்கன்னா, அடுத்து அந்த ஹீரோ உங்களுக்கு எப்ப வேணாலும் கால்ஷீட் கொடுப்பார். கை வசம் ஒரு ஹீரோ கிடைக்கிற வாய்ப்பை ஏன் விடுறீங்க?'' என கேட்டனர்.

நானும் அதையேதான் சொன்னேன்.

‘‘ராதிகாவுக்கு கதை சொல்லும்போது, ராதிகாவோட அம்மாவுக்கு இந்தக் கதை ரொம்ப பிடிச்சுப் போச்சு. தெலுங்கு ரைட்ஸ் உட்பட சில ரைட்ஸ்களை, தானே வாங்கிக்கிறதா சொல்லியிருக்காங்க. இப்ப கதையில் நாயகியோட முக்கியத்துவத்தை குறைச்சா... அவங்க ஏத்துக்குவாங்களா?'' எனக் கேட்டார்.

ஆனால் நான் விடாமல் அவர் மனதைக் கரைக்கும் வேலையைச் செய்தேன்.

''நாளைக்கி வந்து ஃபைனல் பண்ணிக்கலாம் டைரக்டரே'' எனச் சொல்லிவிட்டு கலைமணி கிளம்பிவிட்டார்.

மறுநாள்....

கதையில் விஜயகாந்த்திற்காக சில ஆக்ஷன் போர்ஷன்களைச் சேர்த்து ஸீன் பண்ணிவிட்டு வந்து சொன்னார் கலைமணி.

ராதிகாவைச் சந்தித்து முழு ஆர்டரில் கதை சொல்லியாகிவிட்டது. ராதிகாவும் ஓ.கே. சொல்லிவிட்டார்.

ஆனால் ஹீரோ விஜயகாந்த் என்பதில் ராதிகாவுக்கு தயக்கம்.

ராதிகாவுக்கு மட்டுமல்ல... அன்றைய முன்னணி கதாநாயகிகள் பலரும் விஜயகாந்த்துடன் நடிக்க தயக்கம் காட்டினார்கள். அதற்கு அவர்கள் சொன்ன ஒரே காரணம், 'பார்க்க கறுப்பா... முரட்டுத்தனமா இருக்கார்' என்பதுதான்.

பின்னாளில் விஜயகாந்த்துடன் சேர்ந்து நிறைய படங்களில் நடிக்கப்போகிறோம் என்று தெரியாமலே 'சிறைப்பறவை' படத்தில் விஜயகாந்த்துடன் நடிக்க முதலில் தயங்கிய ராதிகா, பிறகு சம்மதித்தார்.

விஜயகாந்த் ஷூட்டிங் ஸ்பாட்டையே கலகலப்பாக மாற்றிவிட்டார். ஏதோ பிக்னிக் போல் இருந்தது படப்பிடிப்பு ஏரியா. தனக்கு தரப்படுவது போன்ற சாப்பாடே எல்லாருக்கும் தரப்பட வேண்டும் என்பதில் உறுதியா இருப்பார் விஜயகாந்த். (விஜயகாந்த் தீவிர எம்.ஜி.ஆர் ரசிகர். உணர்ச்சிகரமான இந்த விஷயத்தை அடுத்துச் சொல்கிறேன்)

ஷாட் பிரேக்கின்போது சீட்டு விளையாடுவது விஜயகாந்த்திற்கு ரொம்பப் பிடிக்கும்.

விஜயகாந்த், ராதிகா, விஜயகாந்த்தின் மகளாக பேபி ஷாலினி நடிக்க... முதுமலையில் 35 நாட்களுக்கு மேல் படப்பிடிப்பு நடத்தினேன். பின்பாதியில் விஜயகாந்த் வீட்டிற்குள் ராதிகா வருவதாக கதை மாறும்போது, வேறுவிதமாக கதை மாறும்.

அதற்கேற்ப ஒரு நீண்ட நெடிய, ஆனால் மிக அருமையான டயலாக்கை எழுதியிருந்தார் கலைமணி.

நான் -கலைமணி -ராதிகா... மூன்றுபேரும் இந்த டயலாக் ஸீனைப் பற்றி விவாதித்துக் கொண்டிருந்தோம். கதையில் நன்கு இன்வால்வ் ஆகியிருந்த ராதிகாவோ... 'இந்த டயலாக்கை விஜயகாந்த் பேசினாத்தான் கதைக்கு சரியா இருக்கும்' என சில விளக்கங்களைச் சொன்னார்.

கதைப்படி ராதிகா ஜெயிலுக்குப் போகவேண்டிய ஒரு

விஷயத்திற்கு விஜயகாந்த் தண்டனை அடைவார். அதனால் ராதிகா சொன்னதிலிருந்த நியாயத்தை புரிந்துகொண்டோம்.

கலைமணி சென்னை கிளம்பிவிட்ட நிலையில், நான் விஜயகாந்த்திடம் இந்த டயலாக் ஸீனை சொன்னேன்.

"சார்... இது பொம்பளைக்கு முன்னுரிமை தர்ற கதை. இந்த டயலாக் எனக்கு எப்படி சரியா இருக்கும்? ராதிகாவையே பேசச் சொல்லுங்க" என்றார்.

''இந்த டயலாக் கதையில் உங்களுக்கு ரொம்ப முக்கியம்" என்றேன்.

அதை ஏற்றுக்கொண்டார்.

அந்தக் காட்சியை எடுப்பதற்குள் எனக்கு படாதபாடு. அதற்குக் காரணம் விஜகாந்த்திடம் இருந்த ஒரு மேனரிஸம்தான்....

கோர்ட் ஸீனில் பேன்ட்டை காணோம்!

விஜயகாந்த் -ராதிகா -பேபி ஷாலினி நடிப்பில் 'சிறைப்பறவை' படப்பிடிப்பு முதுமலையில் நடத்திக் கொண்டிருந்தேன். கிட்டத்தட்ட 45 நாட்கள் அங்கே படப்பிடிப்பு நடத்தினோம்.

"உடனே ஷூட்டிங்கை பேக்-அப் பண்ணிட்டு சென்னை வாங்க" என கலமணியிடமிருந்து போன்.

மொத்த யூனிட்டும் சென்னை திரும்பினோம்.

எடுத்தவரைக்கும் படத்தைப் பார்க்க விரும்பினார் கலைமணி.

ரெண்டே நாளில் எடிட் செய்து படத்தைப் போட்டுக் காட்டினேன்.

படம் முடிந்ததும்... எடுக்கப்பட்ட படத்தில் பாதி காட்சிகளுக்கு மேல் தூக்கிக் கடாசி விடச் சொன்னார் கலைமணி.

நான் அதிர்ச்சியாகிப் பார்த்தேன். புரொடியூஸர்களுக்கு அதைவிட பேரதிர்ச்சி. நல்லா செலவு பண்ணி படம் எடுத்தாச்சே.

என்னை ஆபீஸுக்கு அழைத்துப் போய், படத்தின் பின்பாதிக்கான புதிய ஸ்கிரிப்ட்டைக் கொடுத்தார்.

அதுதான் கதாசிரியர் கலைமணி.

பின்பாதி கதை முழுக்க கோர்ட் ஸீனாகவே மாற்றியிருந்தார்.

அதில் வக்கீல் கேரக்டரை பிரமாதப்படுத்தியிருந்தார். விஜயகாந்த்திற்கும் இமேஜை தூக்கி நிறுத்தும் ஸீன்களை உருவாக்கினார்.

இதற்கு மத்தியில் சிறை சம்பந்தப்பட்ட காட்சிகளை எடுக்க பெங்களூரு சிறையில்தான் அனுமதி கிடைத்தது. அதனால் அங்கே கிளம்பிப் போய் தேவையான காட்சிகளை எடுத்துக் கொண்டோம்.

ஒரு நீண்ட நெடிய வசனக் காட்சியை ராதிகாவிற்காக கலைமணி சார் எழுதியிருந்தார். ஆனால் 'விஜயகாந்த் பேசினாத்தான் நல்லா இருக்கும்' என ராதிகா அபிப்ராயப்பட, 'இது ஹீரோயின் சப்ஜெக்ட். ராதிகா பேசினாத்தான் சரியா இருக்கும்' என விஜயகாந்த் சொல்ல...

"இந்த டயலாக் கதையில் உங்களுக்கு ரொம்ப முக்கியம்" என்றேன்.

அதை ஏற்றுக் கொண்டார் விஜயகாந்த். ஆனால், அந்தக் காட்சியை எடுப்பதற்குள் ரொம்ப சிரமப்பட்டுவிட்டேன்.

காரணம்... ஆக்‌ஷன் ஹீரோவாக விஜயகாந்த் உருவெடுத்தபின் ஆவேசமாக, வசனம் பேசிப் பேசி... அப்படி வசனம் பேசும்போது புருவத்தை மேல்நோக்கி தூக்கிப் பேசும் மேனரிஸம் அவரையும் அறியாமல் அவருக்கு வந்துவிட்டது.

'ரீ-டேக், ரீ-டேக்...' என பல தடவை எடுத்தும், புருவம் உயருவதை அவரால் கண்ட்ரோல் பண்ண முடியவில்லை. விஜயகாந்த்தின் கண்கள் காவியம் மாதிரி இருக்கும். அது எவ்வளவோ விஷயங்களை பார்வையாளனுக்கு கடத்தும். ஆனால் கூடவே உயரும் அந்த புருவம்தான் என்னுடைய இந்த ஸீனுக்கு பொருந்தாமல் இருந்தது. அதனால் அந்தக் காட்சியை எடுக்கும் விதத்தையே மாற்றிவிட்டேன்.

விஜயகாந்த் பேசிக்கொண்டிருக்க... ட்ராலி ஷாட்டில் கேமரா, ராதிகா மீது ஃபோகஸ் ஆகும். விஜயகாந்த் பேசுவதைக் கேட்டு, ராதிகாவுக்குள் மனமாற்றம் நிகழுவதாக காட்சிப்படுத்தினேன்.

மாண்டேஜ் ஷாட்ஸாக விஜயகாந்த் கைதியாக ஜெயிலுக்குள் வருவது, போவது, வராந்தாவில் அவர் நடந்துசெல்வது போன்ற காட்சிகளை எடுத்துக்கொண்டேன்.

பின்பாதிக் கதையில் முக்கியத்துவம் உள்ள அந்த லேடி லாயர் வித்யா வேணுகோபால் கேரக்டருக்கு யாரைத் தேர்வு

'சிறைப் பறவை' ராதிகா- விஜயகாந்த்

செய்வது என விவாதித்தோம்.

எனக்கும், கலைமணிக்கும் 'லட்சுமி மேடம் பொருத்தமாக இருப்பார்' என்கிற எண்ணம் வந்தது.

லட்சுமியைப் பார்த்து கதையைச் சொன்னோம்.

தமிழ் -தெலுங்கு -கன்னடம் என தென்னிந்திய மொழிகளில் பிஸியான கேரக்டர் ஆர்ட்டிஸ்ட்டாக அப்போது இருந்தார் லட்சுமி. அவருக்கு வக்கீல் வித்யா வேணுகோபால் கேரக்டரை விட மனசில்லை. அதனால்... "மூணுநாள் கால்ஷீட் தர்றேன். அதுக்குள்ள எடுத்திட முடியுமா?" எனக் கேட்டார்.

கலைமணி என்னைப் பார்த்தார். நான் லட்சுமியைப் பார்த்து,

"ஓ.கே. மேடம்" என்றேன்.

நாளையிலிருந்து மூன்று நாள் ஷூட்டிங். கோர்ட்டில் நீதிபதி உட்பட இதர கேரக்டர்களுக்கு ஆர்டிஸ்ட்டுகளைப் ஒப்பந்தம் செய்து, மறுநாள் காலை லட்சுமி வருவதற்கு முன்பாகவே நீதிபதி, கோர்ட் அட்மாஸ்பியர் ஷாட்ஸ்களை எடுக்கத் திட்டமிட்டோம்.

'மௌன ராகம்' படத்தில் நடிகை ரேவதிக்கு அப்பாவாக சந்திரமௌலி கேரக்டரில் நடித்திருப்பாரே... அவர் பத்துக்கும் மேற்பட்ட படங்களை டைரக்ட் செய்தவர். அவர் பெயர் ரா.சங்கரன். கலைமணியுடனும் வொர்க் பண்ணியிருக்கிறார். கலைமணியே பேசி, அவரை நீதிபதி கேரக்டரில் ஒப்பந்தம் செய்தார்.

ஏவி.எம். ஸ்டுடியோவில் பெரிய கோர்ட் செட் நிரந்தரமாக இருந்தது. எந்தப் படமாக இருந்தாலும், கோர்ட் காட்சி எடுக்கவேண்டி வந்தால் ஏவி.எம். கோர்ட்டுக்குத்தான் வருவார்கள். 'சிறைப் பறவை' படத்திற்காக கோர்ட் அரங்கை நான்கு நாட்களுக்கு வாடகைக்கு எடுத்திருந்தோம். மூன்றுநாள் ஷூட்டிங். ஒருநாள் மேட்சிங் ஷாட் எடுக்க பிளான் பண்ணியிருந்தேன்.

சொன்ன நேரத்திற்கு வந்துவிட்டார் சங்கரன். அவருக்கான காஸ்ட்யூமை தேடினால் கோட் மட்டும் இருக்கிறது, பேண்ட் இல்லை. காஸ்ட்யூம் பெட்டியைக் குடைந்து தேடிவிட்டு, காணாமல்... காஸ்ட்யூமரிடம் விசாரித்தால், "நீதிபதி உட்கார்ந்துதானே வழக்கு விசாரணையை கவனிச்சு, தீர்ப்பு சொல்லுவார். டேபிள் மறைச்சிருமே. அதனால் எதுக்கு அவருக்கு பேண்ட்னு ரெடி பண்ணலை டைரக்டரே... நீதிபதி கோர்ட்டுக்குள்ள நுழையிற ஷாட்டை கோட் லெவல்லயே காம்பாக்ட்டா எடுத்துருங்க" என்றார்.

கோபத்தை மீறி சிரிப்பு வந்தது.

"எனக்கே ஷாட் எடுக்குறன்னு சொல்லித் தர்றியா?"னு விதிய நினைச்சுக்கிட்டு, காஸ்ட்யூமர் சொன்னபடியே அந்த ஷாட்டை எடுத்தேன். ஆமாம்... நீதிபதிக்கு கோட் மட்டும் போட்டுவிட்டு, அவர் கட்டிவந்த வேஷ்டியிலேயே வரச்சொல்லிவிட்டேன்.

ராதிகா, லட்சுமி, விஜயகாந்த் உள்ளிட்ட ஆர்டிஸ்ட்டுகள் ஏவி.எம். மேக்-அப் அறைகளில் ஒப்பனை போட்டுக் கொண்டிருந்தார்கள்.

'யார், யார் வந்திருக்கிறார்கள், சரியான ஒப்பனை செய்யப்பட்டிருக்கிறதா?' எனப் பார்ப்பதற்காக நான் மேக்-அப்

அறைப்பக்கம் வந்தேன். இப்போதுபோல் அப்போது கேரவன் எல்லாம் கிடையாது. ஷாட் முடிஞ்சாலும், மேக்-அப் போட்டு ரெடியானாலும், மேக்-அப் அறையிலதான் நட்சத்திரங்கள் காத்திருப்பார்கள்.

நான் மேக்-அப் அறைப் பக்கம் வந்ததும்... கலைமணி என்னை அழைத்தார்.

"டைரக்டரே நேத்து நான் எழுதிக் கொடுத்த ஸீன் டயலாக் பேப்பர்ஸெல்லாம் கொடுங்க" என்றார்.

30 முதல் 40 பக்கங்களில் எழுதப்பட்டிருந்தது டயலாக்.

அதை அவர் கையில் கொடுத்ததும், வாங்கிய உடனே நாலா, மூணா கிழித்துப் போட்டுவிட்டார்.

"என்ன சார்... என்னாச்சு? ஏன் கிழிச்சிட்டீங்க? ஆர்டிஸ்ட் எல்லாருமே வந்து ஷாட்டுக்கு ரெடியாயிட்டாங்களே சார். அதுவும் லட்சுமி மேடம், மூணுநாள் கால்ஷீட்தான் கொடுத்திருக்காங்க. அதுக்குள்ள முடிக்க வேணாமா?'' என பதற்றமாகக் கேட்டேன்.

"நீங்க போய் ஷூட்டிங் ஏற்பாடுகளை கவனிங்க... புதுசா எழுதி, எழுதி, அப்பப்ப அஸிஸ்டெண்ட்டுகிட்ட குடுத்துவிடுறேன்'' என்றார் கலைமணி.

நான் திகைத்துப்போனேன்!

எம்.ஜி.ஆர் தரப்பும், கலைஞர் தரப்பும் ஒரே நேரத்தில் விடுத்த அழைப்பு!

விஜயகாந்த் -ராதிகா -பேபி ஷாலினியை வைத்து 'சிறைப்பறவை' படத்திற்காக எடுக்கப்பட்டிருந்த செகண்ட் ஆஃப் காட்சிகளில் பெரும்பாலானவற்றை தூக்கி கடாசச் சொன்ன கதாசிரியர் கலைமணி, அதற்குப் பதிலாக செகண்ட் ஆஃப்பை கோர்ட் ஸீன்களாக மாற்றி பிரமாதப்படுத்தியிருந்தார்.

ஏவி.எம். ஸ்டுடியோவில் இருந்த நிரந்தர கோர்ட் ஸீன் செட்டில் படப்பிடிப்பு துவங்கிய நேரத்தில், தான் எழுதிக் கொடுத்திருந்த சுமார் நாற்பது பக்கங்கள் கொண்ட வசன பேப்பர்களை என்னிடமிருந்து வாங்கிய கலைமணி அதை நாலா, மூணா கிழித்துப் போட்டுவிட்டு, "நீங்க போய் ஷூட்டிங் ஏற்பாடுகளைக் கவனிங்க... மாத்தி எழுதப்போறேன்... என் அஸிஸ்டெண்ட்கிட்ட ரெண்டு ரெண்டு பேப்பரா எழுதி எழுதி குடுத்துவிடுறேன்..." என்றார்.

விஜயகாந்த், ராதிகாவுடன் வக்கீல் வேஷத்தில் நடிக்க வந்த லட்சுமியும் மேக்-அப் போட்டு தயாராக காத்திருக்க... 'இந்த நேரத்தில் கலைமணி சார் இப்படி பண்ணீட்டாரே... லட்சுமி மேடம் மூணுநாள் கால்ஷீட்தான் கொடுத்திருக்காங்க. அதுக்குள்ள அவங்க ஃபோர்ஷனை முடிச்சிட முடியுமா?' என நான் திகைத்துப்

போய் நிற்க...

''போங்க டைரக்டரே, போய் ஷீட்டிங்கை கவனிங்க.... பின்னாலேயே டயலாக் பேப்பர் வரும் பாருங்க'' என்றார் கலைமணி.

நான் கோர்ட் செட்டுக்குள் நுழைந்து காட்சிகளை எங்கிருந்து ஓபன் செய்வது, க்ளோஸ்-அப் உள்ளிட்ட ஷாட்களை டிஸ்கஸ் செய்துகொண்டிருக்க, கலைமணியின் உதவியாளர் இரண்டு ஏ-4 ஷீட்டுகளுடன் வந்தார். அதில் டயலாக் எழுதப்பட்டிருந்தது.

அந்த இரண்டு பேப்பரில் இருந்த டயலாக்கை சம்பந்தப்பட்ட ஆர்டிஸ்ட்டுகளை வைத்து எடுத்து முடிக்க... அடுத்த ரெண்டு பேப்பர் வந்தது.

இப்படியே... மூன்று நாட்களும் ரெண்டு, ரெண்டு பேப்பராக டயலாக் வர வர... அதை வைத்து படப்பிடிப்பை நடத்தினேன்.

முன்கூட்டியே டயலாக் ரெடியாகாமல் உடனடியாக எழுதி வருவதை லட்சுமி, ராதிகா உள்ளிட்ட யாருமே கண்டுபிடிக்கவில்லை. ஆனால்... ஒரே ஒருவர் கண்டுபிடித்து கேட்டுவிட்டார்.

''என்ன டைரக்டர் சார்... வடை சுடச்சுட ரெடியாகி வருதுபோல...'' எனக் கேட்டார்.

கண்டுபிடித்தவர்... விஜயகாந்த்.

ராதிகாவிற்காக ஜெயிலில் இருக்கும் விஜயகாந்த்தை, ராதிகாவுடன், வக்கீலாக நடித்த லட்சுமி ஜெயிலுக்குச் சென்று பார்ப்பதாக ஒரு ஸீன். ஆனால் நாங்கதான் ஏற்கனவே பெங்களூருவில் ஜெயில் ஸீன்களை எடுத்து முடிச்சிட்டோமே.

இனி இந்த ஒரு ஷாட்டுக்காக பெங்களூரு போய், பெர்மிஷன் வாங்கி எடுப்பது லேசான காரியமில்லை. அதனால், ஏவி.எம். கார்டனிலேயே விஜயகாந்த், ராதிகா, லட்சுமி ஆகிய மூவரையும் வைத்து ஒரு காம்பினேஷன் ஷாட் எடுத்து, ஜெயிலில் பார்ப்பதுபோல மேட்ச் பண்ணினேன்.

இந்த ஸீனைப் பார்த்துவிட்டு, கலைமணி என்னை ரொம்பவும் பாராட்டினார்.

மொத்தத்தில் 'சிறைப்பறவை' படம் கும்முனு அமைஞ்சது.

என்னோட படங்களுக்கு பிறமொழியில் நல்ல வரவேற்பு இருந்தது. ரிலீஸுக்கு முன்னாடியே பிறமொழி ரைட்ஸ் விற்பனை ஆகிடும். அதனால் 'சிறைப்பறவை' படத்தின் கதை ரைட்ஸை

தெலுங்கிற்கு நடிகர் மோகன்பாபு கேட்டிருந்தார். அவருக்கு கொடுப்பதாக இருந்தோம். அதற்குள் இன்னொரு தெலுங்கு புரொடியூஸர் வந்து கலைமணியிடம் பேசி உடனே பணம் கொடுத்து வாங்கிக்கொண்டார்.

தெலுங்கில் சோபன்பாபுவும், ராதிகாவும் நடித்தார்கள்.

கதையை இந்தியில் எடுக்கும் உரிமையை தயரிப்பாளர் பொக்காடியா வாங்கினார்.

''படத்தை மனோபாலாவே இந்தியில் இயக்கட்டும். ஹீரோயின் கேரக்டர் பவர்ஃபுல்லாக இருப்பதாக முதலில் ஸ்ரீதேவியிடம் பேசுவோம். அவர் ஓ.கே.ன்னா, அடுத்து ஹீரோ யார்னு பேசுவோம்'' என்றார் பொக்காடியா.

இங்கேயே படம் திரையிட ஏற்பாடு செய்யப்பட்டது. இந்திப் பட முக்கிய வர்த்தகர்கள் சிலரும், ஸ்ரீதேவியின் அம்மாவும் படம் பார்த்தார்கள்.

'சிறைப்பறவை படத்தில் இண்டர்வெல்லயே வில்லன் செத்துப் போவான். பிற்பாதி கோர்ட் விவாதங்களால் முன்பாதியைவிட செம ட்விஸ்ட்டாக இருக்கும். ஆனால், பாதியிலேயே வில்லன் செத்துட்டா... அப்புறம் படம் எப்படி ஓடும்? பாலிவுட்ல பிரான், ஓம்புரினு பெரிய பெரிய வில்லன் ஆர்டிஸ்ட்டுகளுக்கு ரசிகர்கள் பட்டாளம் உண்டு. அவங்க இருந்தாத்தான் படம் பிசினஸ் ஆகும்' எனச் சொன்னார்கள்.

'வில்லனை க்ளைமாக்ஸ் வரை கொண்டுவர்ற மாதிரி கதை இருந்தாத்தான் படம் ஓடும். ஓடுற படத்துலதான் என் பொண்ணு நடிப்பா' என ஸ்ரீதேவியின் அம்மா சொன்னார்.

இதையெல்லாம் கவனித்த பொக்காடியா, "கலைமணி சார், கதையில் வில்லன் ஃபோர்ஷனை டெவலப் பண்ணலாமா?" எனக் கேட்டார்.

"நீங்க கொடுத்த பணத்தை திருப்பிக் கொடுத்துடுறேன். என் கதையை இஷ்டத்துக்கு மாத்த நான் விரும்பல'' எனச் சொல்லிவிட்டார்.

இனி கலைமணி மனம் மாற வாய்ப்பில்லை என்று உணர்ந்துகொண்ட பொக்காடியா "இந்தக் கதையோட ரைட்ஸ் நான் வாங்கிட்டேன். அது என்கிட்டவே இருக்கட்டும். இப்போ நான் அதை படமா எடுக்கமாட்டேன். பின்னாள்ல சந்தர்ப்பம் அமைஞ்சா எடுத்துக்கிறேன்'' எனச் சொல்லிவிட்டார்.

அதனால்தான் அந்தக் கதை இன்றுவரை இந்தியில் எடுக்கப்படவில்லை.

'சிறைப்பறவை' படம் ரிலீஸ் நேரம். கொஞ்சம் டென்ஷனான சூழல். விஜயகாந்த்தும், இப்ராஹிம் ராவுத்தரும் என்னுடன் இருந்து நல்லபடியாக ரிலீஸாகும்படி பார்த்துக் கொண்டார்கள். அதில் எனக்கு மிகுந்த மகிழ்ச்சி.

பொதுவாக இரு விஷயம் சொல்கிறேன்...

விஜயகாந்த் ஆக்ஷன் ஹீரோ என்பதால் இளைஞர்கள் மத்தியில் அவரின் படங்களுக்கு நல்ல வரவேற்பு இருந்தாலும், விஜயகாந்த் -மனோபாலா -கலைமணி என்கிற கூட்டணியும், விஜயகாந்த் -ஆர்.சுந்தர்ராஜன் என்கிற கூட்டணியும்தான், விஜயகாந்த் படக்களுக்கு லேடீஸ் ஆடியன்ஸை தியேட்டர்களுக்கு

வரச் செய்தது. பெண்கள் மத்தியில் அவருக்கு செல்வாக்கு உயர்ந்தது.

அந்த வகையில் 'சிறைப்பறவை' படமும் பெரும் வெற்றிபெற்றது. விஜயகாந்த் ரசிகர்களுக்கும் திருப்தி. லேடீஸ் ஆடியன்ஸுக்கும் படம் மிகவும் பிடித்துப்போனது.

படம் ஹிட்டாச்சு. அடுத்த படத்தை சூட்டோட ஆரம்பிக்கணுமே.

கலைமணி சாரிடம் பேசினேன்.

குற்றாலத்தில் நாங்கள் தங்கியிருந்த இடத்திற்கு ஆச்சர்யத்துக்கு மேல் ஆச்சர்யமாக இரண்டு பெரிய நிறுவனத்திலிருந்து போன் வந்தது.

என்னோட டைரக்‌ஷனில் படம் பண்ண, அரசியலின் இரு சிகரங்களாகத் திகழ்ந்த புரட்சித்தலைவர் எம்.ஜி.ஆர். சம்பந்தப்பட்ட நிறுவனத்திலிருந்தும், டாக்டர் கலைஞர் சம்பந்தப்பட்ட நிறுவனத்திலிருந்தும் அழைப்பு.

யாருடைய வாய்ப்பை மறுப்பது? யாருடைய வாய்ப்பை ஏற்பது?

நான் தவிக்க...

என் தவிப்பை ரசித்துக்கொண்டிருந்தார் கலைமணி!

இதைக்கூட தெரிஞ்சு வச்சிருக்காரே கலைஞர்!

கலைமணி சார் கதை-வசனத்தில், எனது இயக்கத்தில் விஜயகாந்த்-ராதிகா நடிப்பில் வெளியான ‘சிறைப்பறவை’ படம் வெற்றிப்படமாக அமைந்தது. சில கம்பெனிகள் தங்களின் படத்தை இயக்கச் சொல்லி கேட்டார்கள். சூட்டோடு சூடாக அடுத்த படத்தை ஆரம்பிக்க வேண்டும் என்பதால், கலைமணி சாரிடம் பேசினேன்.

“டைரக்டரே... இப்ப நான் சொல்றதைக் கவனமா கேளுங்க. ரெண்டு பேர், மெட்ராஸ்லருந்து குற்றாலம் போறாங்க. அங்க ரூம் போட்டு தங்குறாங்க. காலைல எழுந்ததும், பழைய குற்றாலம் போறாங்க. அங்க நல்லா ஆயில் மசாஜ் பண்ணிக்கிறாங்க. அப்படியே அருவியில குளிக்கிறாங்க. அப்படியே ஹோட்டலுக்கு வந்து டிபன் சாப்ட்டுட்டு, தூங்குறாங்க. மத்தியானம் எழுந்ததும், நல்லா விதவிதமா சாப்பிடுறாங்க. சாப்பிட்டு முடிச்சதும் தூங்குறாங்க. சாயங்காலம் ஆகுது. மறுபடி பழைய குற்றாலம். லைட்டா ஆயில் மசாஜ் பண்ணிக்கிட்டு, அருவியில குளிச்சிட்டு, ரூமுக்கு வர்றாங்க. சரக்கு எதுவும் போடணும்னு தோணுச்சுன்னா போடுறாங்க. நல்லா சாப்பிடுறாங்க. திரும்பத் தூங்குறாங்க. மறுநாளும் இப்படியே... இப்படி நாலு நாள் அருவி குளியல்,

சாப்பாடு, தூக்கம்.... இதுல அந்த ரெண்டு கேரக்டர் யார்? யார்?ன்னா… நீங்களும், நானும்தான்."

"சார்..."

"ஆமாங்க டைரக்டரே... குற்றாலத்துல போய் நாலுநாள் ரிலாக்ஸ் பண்ணீட்டு வருவோம்."

"சார்... எண்ண தேய்ச்சு குளிக்கிறதுக்கும் சாப்பிட்டு, சாப்பிட்டு தூங்குறதுக்கும் எதுக்கு சார் குற்றாலம் போகணும்? அதுவும் நாலுநாள்..."

"மண்டயப் போட்டு பிய்ச்சுக்கிட்டே இருக்கக்கூடாது... ரெஸ்ட்டும், ரிலாக்ஸும் ரொம்ப முக்கியம் டைரக்டரே..."

"அடுத்தடுத்து படம் பண்ணச் சொல்லி கேட்கிறாங்க. கதை வேணுமே..."

"ஒங்களுக்கு சூப்பர் கதை பிடிச்சுத் தரவேண்டியது என்பொறுப்பு" என்றார்.

சொன்னபடியே குற்றாலம் வந்தோம். அறையில் தங்கினோம். இரண்டு -மூன்று நாள் குளிக்க, சாப்பிட, தூங்க... என எந்த வேலையும் செய்யாமல் இதையே செய்துகொண்டிருந்தோம்.

சிலநேரம் சும்மா இருப்பதும் சுகமாகத்தான் இருக்கிறது. அதற்காக சும்மாவே இருந்துகொண்டிருக்க முடியுமா? தேடலுடன் கூடிய உழைப்புதான், மனிதனை எப்போதும் புதுப்பித்துக்கொண்டே இருக்கும்.

நான்காம் நாள்.... நாங்கள் தங்கியிருந்த ஹோட்டலுக்கு சென்னையிலிருந்து எனக்கு போன் வந்தது.

எனக்கு உற்சாகம் பிடிபடவில்லை.

போன் பேசி முடித்ததும் கலைமணியிடம் அந்த மகிழ்ச்சியைப் பகிர்ந்துகொண்டேன்...

"சார்... சத்யா மூவீஸ்ல படம் பண்ணச்சொல்லி கேட்கிறாங்க. நாளைக்கி ஆபீஸுக்கு வரச் சொல்றாங்க."

"பெரிய இடத்து ஆஃபர்தான்! விட்றாதீங்க டைரக்டரே..." என்றார்.

சிறிது நேரத்தில் இன்னொரு போன் கால் எனக்கு. எடுத்துப் பேசினேன்.

இதுவும் உற்சாகமான செய்திதான்!

"சார்... பூம்புகார் புரொடக்ஷன்ல இருந்து படம் பண்ணச்சொல்லி கேட்கிறாங்க..."

‘ஊர்க்காவலன்’ ரஜினி-ராதிகா

“அதை ஏன் அதிர்ச்சியா சொல்றீங்க டைரக்டரே...?”

“என்ன சார், தெரியாதது மாதிரி கேட்குறீங்க? ‘சத்யா மூவீஸ்’ கம்பெனி எம்.ஜி.ஆர் சாரோட சம்பந்தப்பட்டது. ‘பூம்புகார் புரொடக்ஷன்’ கம்பெனி கலைஞர் சம்பந்தப்பட்டது. ஒரே நேரத்துல இரண்டு பக்கம் இருந்தும் வாய்ப்பு வந்தா... இப்ப

நான் எந்த வாய்ப்பை ஏத்துக்கிறது? எதை மறுக்கிறது?" -எனச் சொல்லி நான் தவியாய் தவிக்க... என் தவிப்பை ரசித்துக் கொண்டிருந்தார் கலைமணி!

"இப்ப என்ன சார் பண்றது?"

"நீங்க உடனே மெட்ராஸ் கிளம்புங்க. ரெண்டு கம்பெனியையும் போய்ப் பாருங்க... நான் ரெண்டு நாள் குற்றாலத்துல இருந்துட்டு வர்றேன்" என்றார்.

சென்னை திரும்பிவிட்டேன்.

சத்யா மூவீஸ்ல ஆர்.எம்.வீரப்பன் சாரை பார்க்கணும். பூம்புகார் புரொடக்ஷன்ல செல்வம் சாரை பார்க்கணும். முதல்ல யாரைப் பார்க்கப் போறது. இதுக்கு ஒரே தீர்வு... முதல்ல கலைஞரைப் பார்ப்பதுதான் என முடிவு செய்து, கலைஞரின் கோபாலபுரம் வீட்டுக்கு காலையிலேயே போய்விட்டேன்.

நான் கலைஞரை நேரில் பார்த்ததும், 'அப்பா' என்றுதான் அழைத்தேன்.

"அப்பா... எப்படி இருக்கீங்க?" என கேட்டுக்கொண்டே, அவர் அமர்ந்திருந்த நாற்காலியின் கீழே, அவரின் காலடியில் அமர்ந்தேன்.

"வாய்யா... எப்படி இருக்க?" என கரகரத்தார்.

"நீ நம்ம ஊர் பக்கமாமே?" என ஊர் பாசத்தையும் காட்டினார்.

"ஆமாம்ப்பா..." என்றேன்.

கலைஞரின் ஊரான திருவாரூருக்கும், எங்க ஊருக்கும் இடையில் 15 கிலோமீட்டர்தான் இடைவெளி.

நான் விஷயத்தை எப்படி ஆரம்பிப்பது எனத் தெரியாமல் தயங்கினேன்.

என் முகத்தைப் பார்த்து கண்டுபிடித்துவிட்டார் கலைஞர்.

"என்னய்யா... வந்ததுலருந்து ஒரு மாதிரி அன்ஈஸியாவே இருக்க?

"அது வந்துப்பா, படம் டைரக்ட் பண்றதுக்காக நீங்களும், கூப்பிட்டிருக்கீங்க... சத்யா மூவீஸ்லருந்தும் கூப்பிட்டிருக்காங்க அதான்..."

"யோவ், நாங்க பண்றது ரீ-மேக் படம்யா. மணிவண்ணனையோ... இல்ல வேற யாரையுமோ வச்சு பண்ணிக்கிறேன். எனக்கு கிடைச்ச தகவல்படி, சத்யா மூவீஸ் பெரிய ஆர்டிஸ்ட்ட வச்சு பண்றாங்க. ரஜினிகாந்த் ஹீரோ. நீ

ரஜினி மாதிரி பெரிய ஹீரோ படம் டைரக்ஷன் பண்ணினாத்தான்யா உன் வாழ்க்கைல நீ அடுத்த கட்டத்துக்கு போகமுடியும். நீ இந்த ரீ-மேக் படத்த பண்ணினா... பத்தோட பதினொண்ணு, அத்தோட இது ஒண்ணுன்னு போயிரும். நீ ரஜினிகாந்த் படம் பண்றதுதான் உனக்கு நல்லது'' எனச் சொன்னார் கலைஞர்.

கலைஞரின் காலில் விழுந்து ஆசி பெற்றுக்கொண்டு கிளம்பினேன்.

அடையாறில்... சத்யா மூவீஸ்!

ஆர்.எம்.வீ.யைப் பார்த்து கும்பிட்டேன்.

"வாங்க... உட்காருங்க. நீங்க பாரதிராஜாவோட குரூப். அவர்கிட்ட எத்தனை படம் பண்ணுனீங்க?" என விபரம் கேடார். சொன்னேன்.

"நீங்க எங்க கம்பெனிக்கு எந்த ஹீரோவ வச்சு படம் பண்ணப்போறீங்கனு தெரிஞ்சு வந்தீங்களா? தெரியாம வந்தீங்களா?"

"கலைஞரைப் பார்த்திட்டுத்தான் வர்றேன்..."

"அப்படியா? அவரு சாணக்கியராச்சே... இந்நேரம் உங்ககிட்ட சொல்லீருப்பாரே"

"ஆமாம் சார், சொன்னாரு. அநேகமா ரஜினிகாந்த் ஹீரோவா இருக்கலாம்னு சொன்னாரு... அதான்..."

அதேதான்... ரஜினிகாந்த் படம்தான் பார்த்தியா... கலைஞரோட புத்தி மாதிரி வரவே வராது. எப்படி கண்டுபிடிச்சிருக்காரு பாருங்க. யார்? யாரு? என்னென்ன படம்? எடுக்குறாங்கன்னும்? எந்தப் படத்துல யார் நடிக்கிறாங்கன்னும் பிங்கர்டிப்ல தெரிஞ்சு வச்சிருப்பாரு.

'ரஜினிகாந்த்தான் ஹீரோ' என ஆர்.எம்.வீ. உறுதிப்படுத்தியதால் என்னால் சந்தோஷம் தாங்க முடியல.

சத்யா மூவீஸைப் பொருத்தவரைக்கும் 'சத்யா மூவீஸ் கதை இலாகா' அப்படின்னு இருக்கும். அங்க நிரந்தர வசனகர்த்தா ஏ.எல்.நாராயணன். எனக்கு ஒரு குரு மாதிரி இருந்தார் நாராயணன்.

கதை இலாகாவில் காப்பியடி தர்மராஜ் அப்படினு ஒருத்தர். அவரோட வேலை என்னன்னா... புதுசா ரிலீஸ் ஆகிற இங்கிலீஷ் படத்துல முக்கியமான அம்சம்., ஸீன் என்ன இருக்குன்னு சொல்லணும். அதனால் ஆர்.எம்.வீ. அவருக்கு வைத்த செல்லப்

பெயர் காப்பியடி தர்மராஜ். அப்புறம் கனகசுந்தரம்... இப்படி ஒரு ஆறேழு பேர்கள் கதை இலாகாவில் இருப்பாங்க.

ஒரு 'நாட்' சொல்லி, அதை கதையா -திரைக்கதையா டெவலப் பண்ணி வசனம் எழுதுவாங்க.

'என்ன மாதிரி கதையில் ரஜினிகாந்த்தை வச்சு படம் இயக்கப்போறோம்' என்பது எனக்கு முதலில் பிடிபடவில்லை. சுமார் இருபது நாட்களுக்குப் பிறகுதான் கதையின் அமைப்பே பிடிபட்டது எனக்கு.

ஆர்.எம்.வீரப்பன் சொன்ன புரட்சித்தலைவர் எம்.ஜி.ஆரின் 'காவல்காரன்' பட ரகசியமும்.... ரஜினியின் 'ஊர்க்காவலன்' உருவான கதையும்....

ஒரு தீப்பெட்டி 2,500 ரூபாய்!

"**ச**த்யா மூவிஸ் பண்றது ரஜினிகாந்த் படம்யா. எங்க பூம்புகார் புரொடக்‌ஷன்ஸ் பண்ணப்போறது ரீ-மேக் படம். நான், மணிவண்ணன் இல்லேன்னா வேற யாரோ ஒருத்தர வச்சு எடுத்துக்கலாம். நீ ரஜினிகாந்த் மாதிரி பெரிய ஹீரோ படம் பண்ணு... அப்பத்தான் வாழ்க்கைல அடுத்த கட்டத்துக்குப் போகமுடியும்" என பெருந்தன்மையோடு என்னை ஆசிர்வதித்து அனுப்பினார் கலைஞர்.

"ரஜினிகாந்த் படத்தை டைரக்‌ஷன் பண்ணத்தான் உங்களை கூப்பிட்டிருக்கோம்னு கலைஞர் சொல்லிட்டாரா?! அவர் எல்லா விஷயமும் தெரிஞ்சு வச்சுக்குவார்" எனச் சொன்ன ஆர்.எம்.வீரப்பன், சத்யா மூவிஸ் கதை இலாகாவினரையும் அறிமுகப்படுத்தினார்.

இருபதுநாள் விவாதத்துக்குப் பிறகே, எனக்கு கதை பிடிபட்டது.

ஆர்.எம்.வீ.யின் மருமகனான நண்பர் 'சத்யஜோதி' தியாகராஜன் எனக்கு மிகவும் உதவிகரமாக இருந்தார். நானும் அவரும்தான் ஷூட்டிங்கிற்கான லொகேஷன்களைப் பார்த்து செலக்ட் பண்ணினோம்.

'ஆனந்த விகடன்ல ஒரு சிறுகதை வந்தது. அதையே சினிமாவுக்கான கதையாக டெவலப் செய்யலாம்' என ஆர்.எம்.வீ. சொன்னார். அப்படியே முடிவானது.

நான் என்னோட ஸ்டைலில் திரைக்கதையை உருவாக்கியிருந்தேன். ஆர்.எம்.வீ. முழுக்கப் படித்துப் பார்த்தார்.

ஆர்.எம்.வீ. மாதிரி ஒரு மனிதரைப் பார்க்க முடியாது. சினிமா திரைக்கதையை எப்படி அமைத்தால் வெற்றி கிடைக்கும்? என துல்லியமாக கணிக்கக்கூடியவர் ஆர்.எம்.வீ.

''ஒரு ஸீன்ல ஹீரோ வர்றார். அதுக்குப் பின்னாடி தொடர்ச்சியா நாலு ஸீன்ல ஹீரோ இல்ல. நீங்க அங்கதான் தப்பு பண்றீங்க மனோபாலா...''

''இதுல என்ன சார் இருக்கு? நாலு ஸீன்ல ஹீரோ இல்லாட்டி என்ன?''

''அதுதான் தப்புங்கிறேன். நான் எம்.ஜி.ஆருக்கு கதை பண்ணுனவன். எம்.ஜி.ஆருக்கு ஸ்கிரீன்-ப்ளே பண்ணும்போது... எல்லா ஸீன்லயும் எம்.ஜி.ஆர். இருக்கணும், இல்லேன்னா... எல்லா ஸீன்லயும் எம்.ஜி.ஆரைப் பத்தி மத்தவங்க பேசுற மாதிரி இருக்கணும். அதனால கண்டிப்பா இந்த ஸ்கிரிப்ட்ல ஸீனுக்கு ஸீன் ரஜினிகாந்த் இருக்கணும். இல்லேன்னா... ரஜினிகாந்த் பத்தி பேசுற மாதிரி இருக்கணும்'' என்றார்.

அப்போதுதான் ஆர்.எம்.வீ., திரைக்கதையில் எவ்ளோ பெரிய மன்னன்னு வியப்பா இருந்துச்சு.

''இன்னொரு முக்கியமான விஷயத்தையும் உங்ககிட்டே சொல்றேன் மனோபாலா, கவனத்துல வாங்கிக்கங்க.

ஸீன்ல ஒரு பாட்டில் இல்லேன்னா, ஒரு பிளாஸ்க்... இல்ல தீப்பெட்டின்னே வச்சுக்கங்களேன். அந்தப் பொருளை ஸீன்ல இன்சர்ட் பண்ற மாதிரி ஸ்கிரிப்ட்ல இருக்குனு வச்சுக்கங்க. இன்சர்ட்தானே... அப்புறமா பாத்துக்கலாம்னு விட்றாதீங்க. அது ஒரு பெரிய சிரமம் ஆயிடும். அன்னிக்கு எடுக்குற ஸீன்ல என்ன எடுக்கணுமோ... அதை நூறு சதவிகிதம் முழுமையா எடுத்துருங்க. அப்புறம் பாத்துக்கலாம்னு விட்றாதீக. நாங்க அப்படி கவனக்குறைவா இருந்ததால ஒரு தீப்பெட்டிக்கு ரெண்டாயிரம் ரூபாய் வரை செலவு பண்ணவேண்டியதாப் போச்சு'' என்றார் ஆர்.எம்.வீ.

'தீப்பெட்டிக்கு ரெண்டாயிரமா?' என வியப்பாக இருந்தது எனக்கு.

ஆர்.எம்.வீ.யே தொடர்ந்தார்...

''இதை நான் எதுக்கு உங்ககிட்ட சொல்றேன்னா... விஜய-வாஹினி ஸ்டுடியோவுல செட் போட்டு புரட்சித்தலைவர் எம்.ஜி.ஆரை வச்சு, 'காவல்காரன்' படத்தோட ஒரு ஷெட்யூல் முடிச்சிட்டேன்.

அடுத்த ஷெட்யூல் ஆரம்பிக்கப்போற நேரத்துல எம்.ஜி.ஆருக்கும், எம்.ஆர்.ராதாண்ணனுக்கும் தகராறு ஏற்பட்டு... தலைவரை ராதாண்ணன் சுடப்போய்... அவர் காயத்தோட சிகிச்சையில இருந்தார்.

ஒரு வருஷம்... அந்த செட்டுக்கு வாடகை குடுத்து வச்சிருந்தேன். ஏன்னா... செட்ட பிரிச்சிட்டா மறுபடி அந்த செட்டைப் போடுறப்போ சில விஷயங்கள் மிஸ் ஆயிடும். அதனாலதான் செட்டை பிரிக்காம, வாடகை கட்டிட்டு இருந்தேன்.

மறுபடி எம்.ஜி.ஆர். நடிக்க வந்தப்போ, அவரோட குரல் மாறிப்போச்சு.

'வாய்ஸ் நல்லா இருக்க இடத்துல... அதை அப்படியே வச்சுக்கங்க. சில இடங்கள்ல என்னோட வாய்ஸ் நல்லா இருக்காது. அதையெல்லாம் மறுபடியும் பேசித் தர்றேன்'னு எம்.ஜி.ஆர். சொன்னார்.

அந்த செட்டுல ஒரு பகுதியில வில்லனோட வீடு செட் போட்டிருந்தோம். அந்த செட்டையும் வாடகை குடுத்து பிரிக்காம வச்சிருந்தோம்.

இதுல... வில்லன் அசோகன் சார், ஒரு தீப்பெட்டிய எடுத்து குச்சியை உரசுவார். அந்த தீப்பெட்டி அந்தக் காலத்துல ரொம்ப ஃபேமலா இருந்த சீட்டா ஃபைட் தீப்பெட்டி. பாயும் சிறுத்தைப் புலி படம் தீப்பெட்டியின் மேல் ஒட்டப்பட்டிருக்கும். சிவகாசியிலிருந்துதான் தீப்பெட்டி வரும்.

அசோகன் கேரக்டரின் குணாதிசயத்தை, ஆக்ரோஷத்தை உணர்த்தும் விதமாக அந்த தீப்பெட்டியை அசோகன் பயன்படுத்துவதாகக் காட்டினோம்.

ஒரு வருஷம் கழிச்சு திரும்பவும் படப்பிடிப்பு துவங்கியது. தீப்பெட்டிதானே என்கிற அலட்சியத்தால் பிராப்பர்ட்டியில் தீப்பெட்டியை பாதுகாக்கவில்லை. அது காணாமல் போய்விட்டது.

அதே பிராண்ட் தீப்பெட்டியைத் தேடினால் எங்கும்

'காவல்காரன்' எம்.ஜி.ஆர். - ஜெயலலிதா

கிடைக்கவில்லை. அந்த தீப்பெட்டியை உற்பத்தி செய்த சிவகாசிக்குப் போனால் கம்பெனியே மாறிவிட்டது. வேறு, வேறு விதமாக தீப்பெட்டியில் படம் இருந்ததே தவிர... அந்தப் படம் போட்ட தீப்பெட்டி கிடைக்கவில்லை.

ஏற்கனவே அந்த தீப்பெட்டியை க்ளோஸ்-அப்பில் காட்டியதால், ஷாட் கன்ட்டினியுவிட்டிக்காக அந்த மாதிரி தீப்பெட்டிக்கு அலைந்தோம்.

ஒருவழியாக சிவகாசியில் ஒரு பெட்டிக்கடையில் அந்த தீப்பெட்டி இருந்தது. நாலு தீப்பெட்டிகள் வாங்கிவரச் சொன்னேன். அந்த தீப்பெட்டியைப் பாதுகாக்க ரெண்டு ஆட்களை நியமித்தேன். அவங்களோட வேலை என்னன்னா...? ஷூட்டிங் தொடங்கும்போது அசோகன்கிட்ட தீப்பெட்டியைக் கொடுக்கணும். ஷூட்டிங் முடிஞ்சதும் தீப்பெட்டியை வாங்கி பத்திரமாக வைத்துக்கொள்ளணும்.

இப்படியே... படம் ரிலீஸாகுற வரைக்கும் பாதுகாத்தோம் தீப்பெட்டியை.

அந்தக் காலத்துலயே கிட்டத்தட்ட ரெண்டாயிரம் ரூபாய் செலவுல அந்தத் தீப்பெட்டியை கொண்டு வந்தோம். அதைப் பாதுகாக்கிற ஆட்களோட சம்பளமெல்லாம் சேர்த்து இந்தத் தொகை.

அதனால நீங்க எந்தப்பொருளை ஸீன்ல காட்றதா இருந்தாலும், அந்தப் பொருளை பாதுகாப்பா வச்சுக்கச் சொல்லி ... கவனமா இருங்க" என்றார் ஆர்.எம்.வீரப்பன் சார்.

அந்தப் பெரிய மனிதர் சொல்லித் தந்ததை, நான் டைரக்ஷன் பண்ணிய காலம்வரை கடைப்பிடிச்சு காப்பாத்திக்கிட்டே வந்தேன்.

சத்யா மூவிஸ் படங்கள்ல 'சத்யா மூவிஸ்'ங்கிற போர்டுக்கு இரண்டு கைகள் பூ போடுவதைப் பார்த்திருப்பீர்கள். அது எம்.ஜி.ஆர். அவர்களின் கை. இதை சத்யா மூவிஸ் ஆபீஸ்லதான் ஷூட் பண்ணுனாங்க.

சத்யா மூவிஸில் பழனியப்பன்னு ஒருத்தர், படத் தயாரிப்பு கணக்குகளை விரல்நுனியில் வைத்திருப்பார்.

புரொடக்ஷன் மேனேஜர் நாராயணன்னு ஒருத்தர், அவருக்குப் பேர் 'ஆன் த வே நாராயணன்.'

"நாராயணன் சார்... விக் என்னாச்சு?"

"ஆன் த வே சார்"

"ட்ரெஸ் என்னாச்சு?"

"ஆன் த வே சார்…"

இப்படி எதைக் கேட்டாலும் 'இதோ வந்துட்டிருக்கு…' என்பதைக் குறிக்கும் விதமாக 'ஆன் த வே' என்று சொல்லுவார்.

வசனகர்த்தா நாராயணன் எனக்கு குருநாதர் போல இருந்தார்.

'சத்யஜோதி' தியாகராஜன் எனக்கு நண்பராக இருந்தார்.

இப்படி 'சத்யா மூவிஸ்' எனக்கு சகஜமான கம்பெனி ஆகிவிட்டது.

ரஜினிக்கு கதை சொல்லப் போகும்போது நெர்வஸாக இருந்தது எனக்கு.

தாஜ் ஓட்டலில் ஒரு ஓரத்து டேபிளில் அமர்ந்து கதை கேட்டார் ரஜினி…

பெரிய கம்பெனிப் படமும்... படைப்பாளியின் சுதந்திரமும்!

சத்யா மூவீஸ் என்கிற பெரிய நிறுவனத்திற்காக, ரஜினியை வைத்து படம் இயக்கும் வாய்ப்பு.

சத்யா மூவீஸ் கதை இலாகாவால் வடிவமைக்கப்பட்ட கதையை, தயாரிப்பாளர் ஆர்.எம்.வீரப்பன் சாரோட ஆலோசனைப்படி திரைக்கதை உருவாக்கி, ரஜினிகாந்திடம் சொல்லத் தயாராகிக்கொண்டிருந்தேன். இருப்பினும் எனக்கு ரஜினியிடம் கதை சொல்ல கொஞ்சம் நெர்வஸாகவே இருந்தது.

சத்யா மூவீஸ் வசனகர்த்தாவான ஏ.எல்.நாராயணன்தான், "நீ கதையை கிளாஸிக்கா மாத்தியிருக்க. அதனால் தயக்கமோ, பதட்டமோ இல்லாம போய் கதையை கரெக்ட்டா சொல்லிடு" என்று ஊக்கப்படுத்தினார்.

நண்பர் சத்யஜோதி தியாகராஜன்தான், ரஜினியிடம் கதை சொல்ல நேரம் வாங்கிக் கொடுத்தார்.

ரஜினியை சந்தித்தோம்.

ரஜினி எங்களை தாஜ் ஹோட்டலுக்கு கூட்டிட்டுப் போனார். ஒரு கார்னர் டேபிளில் உட்கார்ந்தோம்.

டபடபனு ஃபர்ஸ்ட் ஆஃப் கதையை சொல்லி முடிச்சேன்.

"சார், நான் ரெஸ்ட் ரூம் போய்ட்டு வந்துடுறேன்" எனச்

சொல்லிவிட்டுப் போனேன்.

நான் திரும்பி வந்தபோது ரஜினி மிகவும் குஷியாக இருந்தார்.

"சார்... செகண்ட் ஆஃப் சொல்லட்டுமா?" எனக் கேட்டேன்.

"வேணாம்... வேணாம்... ஃபர்ஸ்ட் ஆஃப்பே இவ்வளவு நல்லாருக்குண்ணா... செகண்ட் ஆஃப் இன்னும் பிரமாதமா பண்ணீருப்பீங்க. கண்டிப்பா.. நல்ல படமா வர்றதுக்கான வாய்ப்பு இருக்கு. நல்ல சென்ட்டிமெண்ட்ஸ் இருக்கு. குறிப்பா லேடீஸ் சென்ட்டிமெண்ட் இருக்கு" என திருப்தி தெரிவித்தார் ரஜினி.

கதையை ஓ.கே. பண்ணிட்டார் ரஜினிங்கிற விஷயத்தை ஆர்.ர்ம்.வீ.யிடம் சொன்னோம். சொன்னதும் அவரும் குஷியாகிவிட்டார்.

எல்லாக் காலத்திலயும், கதையை ஹீரோ ஓ.கே. பண்ற வரைக்கும்தானே கஷ்டம். ஹீரோ ஓ.கே. பண்ணீட்டா... விறுவிறுப்பா பட வேலைகள் தொடக்கிடுமே.

ஊர்க்காவலன் பட வேலைகளும் பரபரவெனத் தொடங்கியது. மியூஸிகல் சப்ஜெக்ட் மாதிரி படத்தில் பாடல்களுக்கு முக்கியத்துவம் இருந்ததால், எனக்கு நன்கு பரிட்சயமான நாராயணன் என்கிற புதுமுக மியூஸிக் டைரக்டரை சிபாரிசு செய்தேன். 12 பாடல்களுக்கான ட்யூன்களை வாசித்துக் காட்டினார் நாராயணன். எல்லோருக்கும் திருப்திதான். ட்யூன்களைக் கேட்ட ஆர்.எம்.வீ., "இவரே இந்தப் படத்துக்கு மியூஸிக் டைரக்டராக இருக்கட்டும்" என்றார்.

மறுநாள் ஆபீஸ்லேயே படத்திற்கான பூஜை மிக எளிமையாக போடப்பட்டது.

ஒரு சின்ன படம் எடுத்தால், அதை பிரபலப்படுத்த உதவும் என்பதால் பட பூஜையை பிரமாண்டமாக செய்யலாம். ரஜினியே பிரமாண்டம் என்கிறபோது, எதற்கு பெரும் செலவில் பூஜை? எளிமையாக படபூஜை போடலாம் என்பதில் உறுதியாக இருந்தார் ஆர்.எம்.வீரப்பன்.

பூஜை முடிந்து, மறு நாள் ஸாங் கம்போஸிங்!

வடபழநி முருகன் கோவிலில் மனமுருக வேண்டிக் கொண்டு வந்தார் மியூஸிக் டைரக்டர்.

நான் எல்லையம்மன் கோவிலில் அம்மனை கும்பிட்டுவிட்டு கிளம்பினேன்.

சத்யா மூவீஸ் ஆபீஸுக்குள் நானும், மியூஸிக் டைரக்டரும் நுழைகையில்... உள்ளிருந்து ஆர்மோனியம் இசைக்கும் ஓசை

'வந்து வாழ்த்துச் சொல்லணும் ஊரு ஜனம்' -புதிய ஸ்டைலில் 'ஊர்க்காவலன்' ரஜினி

காற்றில் கலந்து எங்கள் காதில் விழுந்தது.

புரியாமல் ஒருவரை ஒருவர் பார்த்துக்கொண்டோம்.

தயாரிப்பு நிர்வாகி பழனியப்பனிடம், ''உள்ள யார் ஆர்மோனியம் வாசிக்கிறது?'' எனக் கேட்டேன்.

''சங்கர்-கணேஷ் இருக்காங்க. அவங்கதான் 'ஊர்காவலன்' படத்துக்கு மியூஸிக் டைரக்டர்னு முடிவு பண்ணிட்டாங்க'' என்றார்.

இதைக் கேட்டதும் நான் ஷாக் ஆக, நாராயணனோ மயக்கம் போட்டுவிட்டார்.

உடனே நான் அவரைத் தேத்தி அழைத்துக்கொண்டு வெளியே வந்து, தெருமுனைக் கடையில் டீ வாங்கிக் கொடுத்து குடிக்கச் சொல்லி, "நீ கவலப்படாத, இந்தப் படம் இல்லேன்னா இன்னொரு படம். நீ கண்டிப்பா பெரிய மியூஸிக் டைரக்டரா வருவ. நீ திறமையான ஆளுதான். அதை நிரூபிக்க சந்தர்ப்பம் மட்டும் தள்ளிப் போய்க்கிட்டே இருக்கு அவ்வளவுதான். நீ வருத்தப்படாம போ...'' என அவரை ஆறுதல்படுத்தி அனுப்பிவிட்டு, கோபத்துடன் ஆபீஸுக்கு வந்தேன்.

ஆர்.எம்.வீ. இருந்தார்.

"என்ன சார் இது? அவன் சின்னப் பையன். சத்யா மூவீஸ் படம், ரஜினி படம், நாம மியூஸிக் டைரக்டர்னு எவ்வளவு கனவோட இருந்திருப்பான்? வடபழநி முருகன் கிட்ட வேண்டிக்கிட்டு வந்திருக்கான். அவனை நீங்க தூக்கிப் போட்டுட்டீங்களே... ஏன் இப்படி? எனக்கு ஒண்ணுமே புரியலையே'' என்றேன்.

''மனோபாலா... நீங்க ஒண்ண புரிஞ்சுக்கணும். எப்பவுமே பெரிய படங்களுக்கு காம்பினேஷன் ரொம்ப முக்கியம். இவருன்னா இவங்கள்லாம் இருக்கணும்னு ஒரு காம்பினேஷன் கணக்கு இருக்கு. ஏற்கனவே எங்க கம்பெனி படங்களுக்கு இளையராஜா மியூஸிக் பண்ணிருக்கார். இந்தப் படத்தைப் பொருத்தவரைக்கும் எனக்கும், இளையராஜாவுக்கும் மன ஒற்றுதல் இல்ல. அதனால பிரபலமா இருக்கிற சங்கர்-கணேஷை மியூஸிக் பண்ண வைக்கிறோம். சங்கர்-கணேஷ் நல்ல மியூஸிக் டைரக்டர்ஸ்தானே. அதனால உங்களுக்கு என்ன கஷ்டம்?'' எனக் கேட்டார் ஆர்.எம்.வீ.

"அதில்லை சார்... அந்தப் பையன் தன்னோட வாழ்க்கையே சூன்யமாயிட்ட மாதிரி...?''

‘‘அப்பபடியெல்லாம் இல்ல... அடுத்த படத்துல வாய்ப்பு கிடைக்கும்னு சொல்லி சமாதானாப்படுத்துங்க..’’

‘‘சார்... பெரிய பேனர்ன்னா... எந்த நிமிஷம் வேணாலும் யாரையும் காம்பினேஷன்ல சேர்த்துப்பாங்க. யாரை வேணாலும் எந்த நிமிஷமும் தூக்கிப் போடுவாங்கன்னு இண்டஸ்ட்ரியில ஒரு பேச்சு இருக்கிறது உண்மைதானா சார்...?’’ எனக் கேட்டேன்.

தொடர்ந்து ஒரு கண்டிஷனையும் அவரிடம் சொன்னேன். ‘‘சார்... இந்தப் படம் ஷூட்டிங் ஆரம்பிக்கிற வரைக்கும், ரஜினியை வச்சு சத்யா மூவீஸ் தயாரிக்கிற படத்தோட டைரக்டர் யார்னு வெளியில சொல்லாதீங்க சார். திடீர்னு என்னையும் தூக்கிப் போட்டுட்டீங்கன்னா... பயமா இருக்கு சார்’’ என்றேன்.

உடனே அருகில் இருந்த சத்யஜோதி தியாகராஜன், ‘‘என்ன மனோ... ரொம்ப சில்லியா பேசுற? நாங்க டைரக்டரா உன்னைத்தான் ஃபிக்ஸ் பண்ணீருக்கோம். யூ ஆர் த கமாண்டர் ஆப் த ஃபிலிம்’’ எனச் சொன்னார்.

‘‘இல்ல தியாகு, ஏதோ உறுத்தலாவே இருக்கு... அதான் சொன்னேன்’’ என்றேன்.

(நான் அழைத்துச் சென்ற அந்த மியூஸிக் டைரக்டர் நாராயணன், பின்னாளில் பிரபலமாக விளங்கி, பல ஹிட் பாடல்களைத் தந்த சிற்பி)

சினிமாவுக்கு வந்ததிலிருந்தே ஸைடுவாக்கில் படிந்து விழும் ஹேர் ஸ்டைலோடு இருந்த ரஜினியை புதிய தோற்றத்திற்கு மாற்ற விரும்பினேன். ரஜினியின் ரசிகர்கள் இன்றுவரை கொண்டாடும் ரஜினியின் தூக்கி வாரி விடப்பட்ட ஹேர் ஸ்டைலுக்கு அவரை மாற்றினேன். அவரது ட்ரெஸ்ஸிலும் கூட ஸ்டைலான பல மாற்றங்களைக் கொண்டுவந்தேன்.

‘ஊர்க்காவலன்’ படத்திற்காக ரஜினியையே புதிய தோற்றத்திற்கு மாற்றினேன்.

ஹீரோயின் யார்? என்கிற பேச்சு வந்தபோது... ‘ராதிகாதான்’ என்று சொன்னேன். அதே போல தம்பி பாண்டியன், தம்பி காதலிக்கும் பெண்ணாக ‘நல்லெண்ணெய்’ சித்ரா என ஆர்டிஸ்ட்டுகளை ஒப்பந்தம் செய்தோம். சங்கிலி முருகன் வொண்டர்ஃபுல் கேரக்டர் பண்ணினார்.

அப்போதெல்லாம் செல்போன் வசதி ஏது?

ஷூட்டிங் ஸ்பாட் வரைக்கும் லேண்ட்லைன் போன் கனெக்ஷனை நீட்டித்து, ஸ்பாட்டில் என்ன ஸீன் எடுக்கப்படுது?

யார் யார் நடிக்கிறாங்க? என லைவ் ரிப்போர்ட் ஒருத்தர் சொல்லிக் கொண்டேயிருப்பார். அதை ஆபீஸிலிருந்து கேட்டுக்கொண்டேயிருப்பார் ஆர்.எம்.வீ.

"இப்ப என்ன ஸீன் எடுக்குறார் டைரக்டர்?"

"இந்த ஸீன் எடுக்குறார் சார்"

"இந்த ஸீன்ல பர்ட்டிக்குலர் டயலாக்கை க்ளோஸ்-அப்பில் பேசினாத்தான் நல்லா இருக்கும். அதனால் அந்த டயலாகை மட்டும் ரீப்பீட் பண்ணி, ஒரு க்ளோஸ்-அப் எடுக்கச் சொல்லு."

-இப்படி ஒவ்வொரு ஸீனிலும், ஒவ்வொரு ஷாட்டிலும் ஆர்.எம்.வீ. ஆலோசனை சொல்லிக் கொண்டிருந்தார். படம் சிறப்பாக வரவேண்டும் என்கிற ஆர்வம், அனுபவம் காரணமா அவர் அப்படிச் செய்தார் என்றாலும், எனக்கென்னவோ அது இடைஞ்சலாக, சுதந்திர உணர்ச்சி இல்லாதது போல இருந்தது.

நான் சத்யஜோதி தியாகராஜனுக்கு போன்செய்து, "என்ன தியாகு இது? என்னை சுதந்திரமா வேலை செய்யவிடாம செஞ்சா எப்படி? நீங்க பேசுங்க..." என்றேன்.

'பெரிய மனுஷன் பெரிய மனுஷன்தான்' என்பார்களே... அதுபோல... அதன் பிறகு... ஆர்.எம்.வீ. என் விஷயத்தில் குறுக்கிடவில்லை.

சென்னையில் அதிகாலை நாலு மணிக்கு படப்பிடிப்பு முடிந்து மைசூருவில் படப்பிடிப்பிடிப்புக்கு ஆறு மணி ஃபிளைட்டில் கிளம்பினோம் நானும், ரஜினியும்.

அலுப்பு பார்க்காமல் அன்று மதியம் இரண்டு மணிக்கே ஸ்ரீரங்கபட்டணம் ஆற்றுப் படித்துறையில் பாடல் காட்சி.

'மாசி மாசம்தான், கொட்டு மேளதாளம்தான்' எனும் புலமைப்பித்தன் பாடலுக்கான படப்பிடிப்பு.

நான் முதல் ஷாட்டாக... பாடலின் பல்லவியில் வரும் இறுதி வரியான வந்து 'வாழ்த்துச் சொல்லணும் ஊரு ஜனம்' என்கிற வரியை எடுத்தேன்.

ப்ளூ கலர் சட்டையில், புதிய தோற்ற ஸ்டைலில் வந்து நின்ற ரஜினியை கேமரா வழியே பார்த்தேன்.

எனக்கே பிடித்துப் போனது...

"ஹலோ... நானும் காமெடி நல்லா பேசுவேன்... நம்புங்க சார்" என்றார் ரஜினி.

ரஜினி சார்தாம்பா கதவை தட்டுறாரு!

சத்யா மூவீஸுக்காக ரஜினிகாந்த்-ராதிகா நடிப்பில் நான் இயக்கிய 'ஊர்க்காவலன்' படப்பிடிப்பு சென்னையில் தொடங்கி, அதிகாலை நாலுமணிக்கு முடிந்தது. அடுத்து மைசூருவில் படப்பிடிப்பிடிப்பு. ஆறு மணி ஃபிளைட்டில் கிளம்பினோம் நானும், ரஜினியும்.

அன்று மதியம் இரண்டு மணிக்கே ஸ்ரீரங்கபட்டணம் கோவில் பக்கத்துல இருக்க, ஆற்றுப் படித்துறையில் பாடல் காட்சி ஷூட்டிங் நடத்த ஏற்பாடு செய்தேன்.

''நான்தான் உங்களுக்கு ஐம்பது நாள் கால்ஷீட் கொடுத்திருக்கேனே... அப்புறம் ஏன் இவ்வளவு ஸ்பீடா, ரெஸ்ட் எடுக்காம ஷூட்டிங் பண்றீங்க?'' எனக் கேட்டார் ரஜினி.

''ஒரு டைரக்டரா நமக்கு பொறுப்பு இருக்குல்ல சார். தயாரிப்பாளர் காசு போடுறார். அவருக்கு சீக்கிரமா படத்தை முடிச்சுக் கொடுத்தா அவருக்கும் சந்தோஷம்தானே. பொதுவாவே நான் ஆர்டிஸ்ட் டைரக்டர் கிடையாது, புரொடியூஸர் டைரக்டர். என் புரொடியூஸர் லாபம் சம்பாதிக்கணும்கிறதுல ரொம்பக் குறியா இருப்பேன் சார்'' என்றேன்.

ரஜினிக்கு ரொம்ப சந்தோஷம் என் பதிலைக் கேட்டு.

'குட்' என்றார்.

மாசி மாசம்தான், கொட்டு மேளதாளம்தான்
மாத்து மாலதான், வந்து கூடும் வேளதான்
பட்டுச்சேல ரவிக்க, தாலி இருக்க
வந்து வாழ்த்துச் சொல்லணும் ஊரு ஜனம்

என்கிற பாடலுக்கான படப்பிடிப்பை நடத்தினேன்.

சென்னையில் ஒரே பேச்சு...

'இருக்குற கேரக்டர் ஆர்டிஸ்ட்ட பூராவும் மனோபாலா கூட்டிட்டுப் போய்ட்டான்' என.

அந்தளவுக்கு 'ஊர்க்காவலன்' படத்தில் ரகுவரன், பாண்டியன், மலேசியா வாசுதேவன், சங்கிலி முருகன், வெண்ணிற ஆடை மூர்த்தி, ஒய்.ஜி.மகேந்திரன், குமரிமுத்து, சேதுவிநாயகம், எஸ்.என்.பார்வதி, நல்லெண்ணெய் சித்ரா இப்படி நிறைய கேரக்டர் ஆர்டிஸ்ட்டுகள் நடித்தனர்.

பாடல் காட்சியின் முதல் ஷாட்டாக... 'வந்து வாழ்த்துச் சொல்லணும் ஊரு ஜனம்' என்கிற வரியை எடுத்தேன்.

ப்ளூ கலர் சட்டையில், புதிய தோற்ற ஸ்டைலில் வந்து நின்ற ரஜினியை கேமரா வழியே பார்த்தேன்.

எனக்கே பிடித்துப் போனது...

ஷூட்டிங் முடிஞ்சு வந்ததும்... ராதிகா, ரகுவரன் உட்பட எல்லாருமே என் ரூம்லதான் வந்து அஸெம்பிள் ஆவாங்க. காரணம்... காமெடி களை கட்டும்.

ஆளாளுக்கு காமெடி பண்ணி, சிரிச்சு உருண்டுக் கிட்டிருந்தோம். திடீர்னு ரூம் இண்டர்காம் போன் அடிக்குது.

எடுத்தேன்.

"நான் ரஜினி பேசுறேன்..."

"சொல்லுங்க சார்..."

"என்ன... ஒரே சிரிப்பும், கும்மாளமுமா இருக்கீங்க போலருக்கே"

"சும்மா... ஜாலியா பேசிட்டிருக்கோம் சார்"

"நானும் உங்க ரூமுக்கு வரட்டா"

"ஐயய்யோ... வேணாம் சார். நீங்க எதுக்கு இங்க வர்றீங்க? நீங்க வந்தா எல்லாரும் இறுக்கமா ஆகிருவாய்ங்க. நீங்க ஒங்க ரூம்லயே ஜாலியா இருங்க. நாளைக்கி ஷூட்டிங் புரோக்ராம் என்ன?னு அஸிஸ்டெண்ட்டுகள் கிட்ட சொல்லிட்டு, மைண்ட் ப்ரெஷ்-அப் ஆகுறதுக்காக காமெடி பண்ணி, ரிலாக்ஸ்

பண்ணிட்டிருக்கோம். ராதிகா, ரகுவரன் எல்லாருமே இங்கதான் இருக்கோம்...''

''சரி... சரி... சரி... ஓ.கே. புரஸீட்...'' எனச் சொல்லிவிட்டு 'டொக்' என போனை வைத்துவிட்டார்.

'டொக்' என போனை வைத்த ஓரிரு நிமிடங்களில், 'டொக்... டொக்...' என கதவைத் தட்டும் சத்தம்.

நாங்க எல்லாரும் ஸைலண்ட் ஆனோம்.

''ஏய் மனோ... அவருதாம்பா வந்துருக்காருன்னு நினைக்கிறேன்'' என ராதிகா சொல்ல... நான் போய் கதவைத் திறந்தால்... ரஜினி நிற்கிறார்.

''என்ன இது... என்னைய விட்டுட்டு நீங்கள்லாம் சிரிச்சு, பேசிக்கிட்டிருந்தா எப்படி?'' என சொல்லிக்கொண்டே உள்ளே வந்து உட்கார்ந்தார்.

அடுத்த சில நிமிடங்களில் ராதிகா தவிர... மத்த எல்லாரும் ஒவ்வொருத்தரா டப்பு டப்புனு மறைஞ்சிட்டாங்க ரூம்லருந்து. ராதிகா மட்டும்தான் உட்கார்ந்திருந்தர்.

''சார், நீங்க ரொம்ப சீரியஸான ஆளு... ஜாலியா காமெடியா பேசுறது உங்களுக்கு பிடிக்காது. பார்த்தீங்களா... எல்லாருமே எஸ்கேப் ஆகிட்டாங்க நீங்க வரவும்...'' என்றேன்.

''அய்யோ... எனக்கு காமெடி பிடிக்கும். ஜாலியா இந்த மாதிரி கலகலனு பேசிக்கிட்டிருப்பது ரொம்ப பிடிக்கும். நானும் காமெடியா பேசுவேன். இனிமே சாயங்காலத்துல நானும் உங்க ரூமுக்கு வந்துடுவேன்'' எனச் சொன்னார் ரஜினி.

கொஞ்சநேரத்தில் ரஜினியைத் தேடி மிஸஸ் லதாம்மா வந்துட்டாங்க.

'ஊர்க் காவலன்' படப்பிடிப்பில் ரஜினி -ரகுவரன் -மலேசியா வாசுதேவன்

ஏன்னா...

நாங்க தங்கியிருந்த ஹோட்டலுக்கு பக்கத்துல ஒரு ரோடு. அதைத் தாண்டினா ரஜினி சார் தங்கியிருக்க ஹோட்டல்.

லதாம்மாகிட்ட கூட சொல்லாம நடந்தே இங்க வந்துட்டார் ரஜினி. அவரு இங்கதான் வந்துருப்பார்னு யூகமா லதாம்மாவும் தேடி வந்துட்டாங்க.

சில நிமிடங்கள் பேசிக்கொண்டிருந்துவிட்டு... "சார் நீங்க சாப்பிட்டு ரெஸ்ட் எடுங்க. நாளைக்கு காலைல ஏழு மணிக்கு ஷூட்டிங்" என்றேன்.

"ஏழு மணிக்கா?"

"ஆமா சார்... பொதுவா நான் ஆறரை ஏழு மணிக்கெல்லாம் ஷூட்டிங் ஆரம்பிச்சிடுவேன்."

"இவ்வளவு நேரம் இப்படி கலகலனு பேசிக்கிட்டிருக்கீங்க... லேட்டா படுத்து, காலைல சீக்கிரம் எழுதுக்க முடியுமா?"

"சார் எங்க டைரக்டர் பாரதிராஜா ஏழு மணிக்கெல்லாம் முதல் ஷாட் எடுத்திடுவார். லேட்டான கொன்னேபுடுவார். அவர்கிட்ட வொர்க் பண்ணின எங்களுக்கும், ராதிகா உட்பட ஆர்டிஸ்ட்டுகளுக்கும் அது பழக்கமான ஒண்ணு சார். நாளைக்கி முதல் ஷாட்டே உங்கள்லருந்து தான் ஆரம்பிக்குது" என்றேன்.

சிரித்துக்கொண்டே லதாம்மாவுடன் தான் தங்கியிருந்த ஹோட்டலுக்கு கிளம்பினார்.

காலையில் ஆறு மணிக்கெல்லாம் படப்பிடிப்பு லொகேஷனை நெருங்கிட்டிருக்கோம். யூனிட் வேன், ஆர்டிஸ்டுகள் காரெல்லாம் பின்னால வருது. என் கார் முன்னால போகுது.

லொகேஷன் கிட்ட நெருங்கிக்கிட்டிருக்கோம்...

ஆத்துல பாலம் போடுறதுக்காக சிமெண்ட் கட்டைகள் போட்டு வச்சிருந்தாங்க.

அந்த கட்டை ஒண்ணுல, மூஞ்சியில கர்சீப் போட்டு தூங்கிக்கிட்டிருந்தார் ஒருத்தர்.

'இன்னிக்கி ரஜினி சார் லேட்டா வந்தா கலாய்ச்சிர வேண்டியதுதான்'னு நினைத்துக்கொண்டே போனா...

எனக்கு 'திக்..'னு ஆகிவிட்டது.

எங்க எல்லாருக்கும் முன்னாடியே லொகேஷனுக்கு வந்து காத்திருக்கார் ரஜினி. ஆமா... அந்த சிமெண்ட் பலகையில் படுத்திருந்தது ரஜினி சார்தான்.

"சார்..." என்றேன்

சடாரென கர்சீப்பை விலக்கி, பரபரனு எழுந்தவர் "ஷாட் ரெடியா? ஷாட் ரெடியா?" எனக் கேட்டார்.

எனக்கு வியப்பும், சிரிப்பும்!

"பொறுங்க சார்... மேக்-அப் போடுங்க முதல்ல" என்றேன்.

"நான் மேக்-அப் போட்டுத்தான் இருக்கேன்" என்றார்.

பின்னாலேயே வந்தார் மேக்-அப்மேன் சுந்தரமூர்த்தி.

சொல்லி வச்சு, எங்களுக்கு முன்னாடி லொகேஷனுக்கு வந்திருக்கார் ரஜினி.

இப்படி ஷூட்டிங் முழுக்க பலப்பல அனுபவங்கள்.

படத்தின் க்ளைமாக்ஸ், குதிரை சண்டைக் காட்சிகள் 'ஊர்க்காவலன்' படத்தில் மிகப் பிரமாண்டமாகவும், மிரட்டலாகவும் இருக்கும்.

பாலிவுட் ஸ்டண்ட் மாஸ்டர் பப்புவர்மாதான் அந்த ஸ்டண்ட் காட்சியை அமைத்த மாஸ்டர்.

பத்து நாட்கள் குதிரைகளையும், ஃபைட்டர்களையும் (படத்தில் அடியாட்கள்) வைத்து அந்த ஸ்டண்ட் காட்சிகளை எடுத்தவர். ரஜினியை ஒரே ஒரு நாள் மட்டும் வைத்து ஸ்டண்ட் எடுத்து, அந்தச் சண்டைக்காட்சி முழுக்க ரஜினி இருக்கும்படி எடுத்துக் கொடுத்தார் பப்புவர்மா.

பத்தாயிரம் எம்.ஜி.ஆர் ரசிகர்களை வைத்து, எடுக்கப்பட்ட ரஜினி படத்திற்கான காட்சி....!

ரஜினியை வைத்து எடுக்கத் தயங்கிய காட்சி!

சத்யா மூவீஸ் தயாரிப்பில், ரஜினியை வைத்து நான் இயக்கிய 'ஊர்க்காவலன்' படத்தின் க்ளைமாக்ஸ் குதிரை சண்டைக் காட்சிகளை பாலிவுட் ஸ்டண்ட் மாஸ்டர் பப்புவர்மா பிரமாண்டமாக எடுத்துக் கொடுத்தார்.

க்ளைமாக்ஸில் உச்சகட்டத்தில் பாண்டியன், மலேசியா வாசுதேவன் ஆகியோருடன் கிராம மக்கள் தீப்பந்தங்களுடன் திரண்டுவந்து வில்லன் ரகுவரனை முற்றுகையிடும் காட்சி எடுக்க வேண்டும்.

'அவ்வளவு ஜூனியர் ஆர்டிஸ்ட்டுகள் வேணும்'னு எப்படி கேட்பது?

இருந்தாலும் கேட்டேன்.

இங்குதான் ஆர்.எம்.வீரப்பன் ஒரு உத்தியை கையாண்டார். எம்.ஜி.ஆர். ரசிகர் மன்றத்தைச் சேர்ந்தவங்களுக்கு தகவல் சொல்லி, எதிர்பார்த்ததைவிட பெருங்கூட்டத்தையே திரட்டிட்டார். கிட்டத்தட்ட பத்தாயிரம் பேர் இருப்பாங்க.

சென்னை ராஜாஜி ஹால்லதான் அந்த இறுதிக் காட்சி ஷூட்டிங் நடந்தது.

ரெண்டாயிரம் பேர் கைல தீப்பந்தங்கள் கொடுத்தாச்சு.

அவங்களுக்கு சினிமா ஷூட்டிங் அனுபவம் இருக்காதில்லையா? அதனால 'நாமளும் சினிமாவுல நடிக்கிறோம்'னு சொல்லி, குஷியில குதிச்சுக் குதிச்சு வர்றாங்க.

அப்போ அனௌன்ஸ்மெண்ட் பண்றதுகான மைக் ஷூட்டிங் ஸ்பாட்டில் பயன்படுத்துற வழக்கம் இல்லை. நான் ராஜாஜி ஹால் படியில உட்கார்ந்து அவங்களுக்கு காட்சியோட தன்மையை விளக்கினேன்.

"இது வில்லனோட கொடுமை எல்லை மீறியதுனால, கிராம மக்கள் கொதிச்சுப் போய், கோபமும், ஆவேசமுமா வர்ற சீன். அதுக்குத் தகுந்த மாதிரி நீங்கள்லாம் வரணும்"னு விளக்கிச் சொன்னேன். அதைப் புரிந்துகொண்டார்கள். அதன்பிறகு அந்தக் காட்சியை எடுத்தோம்.

'ஊர்க்காவலன்' படத்துல இப்படி எத்தனையோ அனுபவங்கள் எனக்கு. அதிலும் கடைசி ஒரு ரீலை சினிமாஸ்கோப்பாக மாற்றினார் ஆர்.எம்.வீரப்பன்.

மரியாதைக்குரிய பெரியவர் ஆர்.எம்.வீரப்பன் சாருக்கு நன்றி!

'ஊர்க்காவலன்' படம் வெளியானது.

எனக்கு இந்தப்படம் மூலம் ரொம்பப் பெரிய பேர் கிடைத்தது. அதே சமயம்... மறக்க முடியாத கெட்ட பேரும் கிடைத்தது.

ஒரு காட்சியில் ரகுவரன் ஜீப்ல வருவார். வந்து, சேலஞ்சிங்கா பேசிட்டு, ஜீப்பை ஸ்டார்ட் பண்ணுவார். ஆனால் ஜீப் நகராது. ஜீப்போட பின் பக்கத்தில் கயிற்றின் ஒரு முனையைக் கட்டி, இன்னொரு முனையை ரஜினி சார் காலில் கட்டியிருப்பார். இதனால் ஜீப் நகராது.

இந்த ஷாட்டை எடுக்க எனக்கு உடன்பாடில்லை.

"சார்... பக்கத்துல இருக்க மரத்துல கயிறோட மறு முனையை கட்டிடலாம். நீங்க மரத்த ஒட்டி நின்னா போதும்" என்றேன்.

"இல்ல... இது நல்லாருக்கும்... நல்லாருக்கும்... என்னோட ஃபேன்ஸுக்கு பிடிக்கும்" என்றார் ரஜினி.

"சார்... நான் பாரதிராஜா கிட்ட ட்ரெய்ன்-அப் ஆகி வந்தவன். நாங்க இந்த மாதிரி மிகையான காட்சியெல்லாம் எடுக்கமாட்டோம். ஆனா... நீங்க உங்க ஃபேன்ஸ் விரும்புவாங்கனு சொல்றீங்க... ஓ.கே. சார்" எனச் சொல்லிவிட்டேன்.

ஆனாலும் அந்த ஷாட்டை எடுப்பதில் எனக்கு தயக்கம் இருந்துகொண்டேயிருந்தது. கேமராமேன் லோகநாதனிடம்,

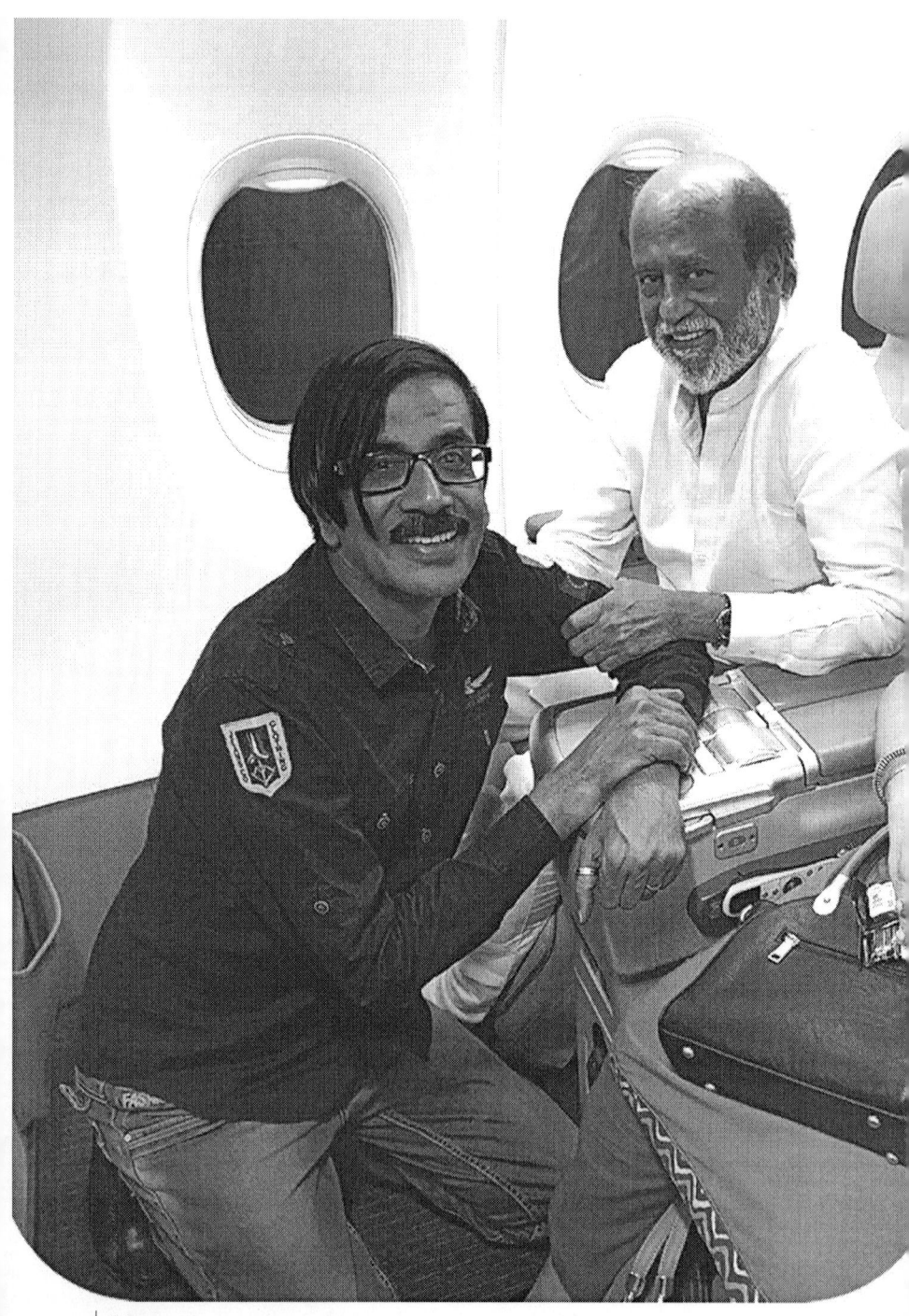

“சார்… அந்த ஷாட்டை நீங்களே எடுங்க” என்றேன். அவரும் எடுத்தார்.

லஞ்ச் பிரேக்!

“என்ன ஒரு மாதிரி இருக்கீங்க? என் மேல கோபமா?” என்று கேட்டார் ரஜினி.

“என்ன சார்… இது ஏதோ காதுல பூ சுத்துற வேலையா இருக்கு” என்றேன்.

“உங்களுக்குத் தெரியாது மனோபாலா. என் ரசிகர்கள் எப்படி ரியாக்ட் பண்றாங்கன்னு தியேட்டர்ல போய் பாருங்க. படம் வெளியானதும் லதாம்மாகூட நீங்களும் தியேட்டர் விசிட் போங்க. ஃபர்ஸ்ட் டே… ஃபர்ஸ்ட் ஷோ பாருங்க… என் ரசிகர்களைப் பத்தி தெரிஞ்சுக்குவீங்க” என்றார்.

‘ஏதோ… என்னை சமாதனப்படுத்த அப்படிச் சொல்றார் ரஜினி’ என அதை நான் பெரிதுபடுத்தவில்லை.

படம் வெளியானது! எல்லா ஸீனுக்குமே ரசிகர்கள் ஆரவாரம் செய்தார்கள். அந்த ஜீப் ஸீன் பார்த்ததும் தியேட்டரே அதிருகிற மாதிரி விசில் பறக்குது. காசை அள்ளி வீசுறாங்க. அப்பத்தான் ரஜினி ரசிகர்கள் பத்தி தெரிஞ்சுக்கிட்டேன்.

படத்துல காமெடி ஸீனும் பேசப்பட்டது. ஃப்ர்ஸ்ட் ஆஃப்லதான் காமெடி வர்ற மாதிரி எடுத்திருந்தோம். ஆனா… செகண்ட் ஆஃப் ரொம்ப இறுக்கமா போகுது. ‘ரிலாக்ஸேஷனே இல்ல…’ எனச் சொல்லி, காமெடி காட்சிகளை பின் பாதி படத்தில் சேர்த்தார் ஆர்.எம்.வீரப்பன். அது படத்திற்கு ப்ளஸ்ஸாக அமைந்தது.

‘தில்லுமுல்லு’ படத்துல ரஜினி நல்லா காமெடி பண்ணியிருப்பார். ஆனால்… ‘ஊர்க்காவலன்’ கதை சீரியஸானது என்பதால்… “ஃபுல்லெந்த் காமெடி நான் பண்ணினா எடுபடுமா?” என ரஜினி கேட்டுக்கொண்டே இருந்தார்.

“காமெடியன், காமெடி பண்றதைவிட, ஹீரோ காமெடி பண்ணினா இன்னும் நல்லா இருக்கும் சார்” என்று சொல்லி, அவரை நடிக்க வைத்தேன். அது நல்ல வரவேற்பை பெற்றது. அதிலிருந்து தொடர்ந்து தனது சீரியஸான கதைப் படங்களிலும் முன்பாதி படத்தில் ரஜினி காமெடி செய்வது வழக்கமாகிவிட்டது.

“நாம பெரிய நடிகர்… படத்தை முடிச்சுக் கொடுத்துட்டோம்… நல்லா ஓடுது” அப்படியெல்லாம் ரஜினி நினைக்கமாட்டார்.

புதுமுகம் போலவே ‘மக்கள் இந்தப் படத்துல எந்தெந்த

காட்சிகளை ரசிக்கிறாங்க' என விசாரித்து தெரிந்துகொள்வார்.

'ஊர்க்காவலன்' பெரும் வெற்றியாக அமைந்ததால், என்னை இரண்டு மூன்று முறை தன் வீட்டுக்கு அழைத்து விருந்து கொடுத்தார் ரஜினி.

ரஜினி, கமல் மாதிரி பெரிய ஆர்டிஸ்ட்டுகளை வைத்து தொடர்ச்சியா கமர்ஷியல் படம் கொடுத்த ஜாம்பவான் யாருன்னா... டைரக்டர் எஸ்.பி.முத்துராமன் சார்தான்.

ரஜினிய வச்சு ஒரு படம். அடுத்து கமலை வச்சு ஒரு படம்னு ஹிட் கொடுத்திட்டே இருந்தார்.

நான் அவர்கிட்ட "உங்களுக்கு ஏது சார் நேரம்? எப்படி ஆக்ஷன் ஹீரோக்களை கையாள்றீங்க? கதையை எங்க புடிக்கிறீங்க?" எனக் கேட்டேன்.

"மனோபாலா சார்... நாம கதையை ரெடி பண்ணீட்டுத்தான் ஷூட்டிங் போகணும்னா, வருஷத்துக்கு ரெண்டு படம்தான் பண்ண முடியும். லொகேஷன் போய்ட்டு, கதையை டெவலப் பண்ணி எடுத்தாத்தான் இது சாத்தியப்படும்" எனச் சொன்னார்.

எஸ்.பி.முத்துராமன் போன்ற ஆக்ஷன் மூவி டைரக்டர்களுக்கு ஹீரோக்களோட ஒத்துழைப்பும் கிடைக்கும்.

உச்சகட்டமா ஒரு வருஷத்துல ரஜினி 28 படங்கள் பண்ணீருந்தார். இது எனக்கு வியப்பா இருந்துச்சு. அவர்கிட்டயே கேட்டேன்.

"நாமளா கதை பண்றோம். யாரோ எழுதுற கதை. நல்லா இருந்தா நடிக்க வேண்டியது தான். அப்புறம் எஸ்.பி.முத்துராமன், கே.பாலசந்தர்... இவங்ககிட்டவெல்லாம் கதை கேட்கவே மாட்டேன். அவங்களுக்குத் தெரியும், என்னை எந்த மாதிரி காமிச்சா ரசிகர்கள் ரசிப்பாங்கன்னு. சிலரை நாம நம்பித்தான் போகணும். அதனால்தான்... இவ்வளவு படங்கள் ஒரே வருஷத்துல நடிக்க முடிஞ்சது" என்றார் ரஜினி.

கதாசிரியரும், தயாரிப்பாளருமான பஞ்சு அருணாசலம் என்கிட்ட சொன்ன ஒரு அருமையான விஷயத்தைச் சொல்றேன். இது இன்றைய டைரக்டர்களுக்கும் ரொம்ப யூஸ் ஃபுல்லா இருக்கும்.

'பாதி படம் பஞ்சு அருணாச்சலம்' என ஏளனப்படுத்தப்பட்ட பஞ்சு அருணாசலம், ஒரு கட்டத்தில் வெற்றியைத் தவிர வேறு எதையும் காணாதவராகத் திகழ்ந்தார்.

பஞ்சு சார் சொன்ன சீக்ரெட் ஆஃப் சக்ஸஸ்...

கதையை இப்படிச் சொல்லணும்!

பாடலாசிரியர், கதாசிரியர், திரைக்கதை மன்னர், வசனகர்த்தா, தயாரிப்பாளர், இயக்குநர் என சினிமாவில் பன்முகத் தனமையுடன், எல்லா முகத்திலும் வெற்றிமுகம் கண்டவர் பஞ்சு அருணாசலம் சார் அவர்கள்.

1960-களில் பாடலாசிரியராக என்ட்ரி கொடுத்தார். எத்தனை... எத்தனை ஹிட் பாடல்கள்.

'கலங்கரை விளக்கம்' படத்தில் எம்.ஜி.ஆருக்காக 'பொன் எழில் பூத்தது புது வானில்' என மயக்கும் பாடலை எழுதினார். 1970-களில் 'அன்னக்கிளி'யில் ஹிட்டடித்த அத்தனை பாடல்களையும் படைத்தவர். இப்படி பட்டியல் போட்டுக்கொண்டே போகலாம் பஞ்சு சார் எழுதிய பாடல்களை.

1970-களில் சிவாஜியின் 'அவன்தான் மனிதன்' படம் தொடங்கி, ரஜினியை 'ஆறிலிருந்து அறுபதுவரை', 'எங்கேயோ கேட்ட குரல்' என மாறுதலாகக் காட்டி, 'முரட்டுக் காளை'யாக ரஜினியை ஆக்ஷன் ஹீரோ அந்தஸ்துக்கு உயர்த்தியது பஞ்சு சாரின் கதைகள்தான். கமல்ஹாசனை 'சகலகலா வல்லவன்' ஆக்கியதும் இவர் கதைதான். இப்படி பட்டியல் போட்டுக்கொண்டே போகலாம் பஞ்சு சார் எழுதிய கதைகளை.

57
மனோபாலா

1970-களில் 'அவர் எனக்கே சொந்தம்' படத்தின் மூலம் தயாரிப்பாளராகி ரஜினி, கமல், விஜயகாந்த் என எத்தனையோ ஹீரோக்களை வைத்து தயாரித்திருக்கிறார் பஞ்சு சார்.

'கலிகாலம்' உட்பட நான்கைந்து படங்களை இயக்கியிருக்கிறார் பஞ்சு சார்!

அவருடைய கம்பெனியின் படம்பண்ண முடியாமல் போனது அநேகமாக நான் மட்டுமாகத்தான் இருப்பேன். அன்றைய டைரக்டர்களில் மணிவண்ணன் கூட இரண்டு, மூன்று படங்கள் பஞ்சு சார் கம்பெனிக்கு பண்ணிவிட்டார். எஸ்.பி.முத்துராமன் சார், பஞ்சு சாரின் கம்பெனியின் நிரந்தர டைரக்டராகவே இருந்தார். அவரின் நிறுவனம் அன்றைய டைரக்டர்களுக்கு ஒரு சரணாலயம் போலவே திகழ்ந்தது.

இப்படி, தன் வெற்றிச் சரித்திரத்தை திரையில் எழுதிய பஞ்சு சார், ஆரம்பத்தில் படம் தொடங்கி, பிறகு கைவிடுவது அல்லது பாதி படம் எடுத்ததும் கைவிட வேண்டிய சூழல் அவருக்கு ஏற்பட்டிருக்கிறது.

அதனால் அவரை 'பாதி படம் பஞ்சு அருணாசலம்' என்று சினிமா இண்டஸ்ட்ரியில் சொல்லியிருக்கிறார்கள்.

அத்தனை அவமானங்களையும் படிக்கட்டுகளாகப் போட்டு மிதித்து, அதில் ஏறிப்போய் வெற்றி இலக்கை அடைந்திருக்கிறார்.

'பஞ்சு அருணாசலம் கதை இல்லாமல் படம் இல்லை' என்கிற நிலமையை தன் உழைப்பால் உண்டாக்கினார். மற்றவர்களின் கதையை படமெடுப்பதாக இருந்தாலும், அதை ஓட்டை உடைசல் இல்லாமல் சரிபண்ணித் தரும் வேலையை பஞ்சு சாரிடம்தான் கொடுத்திருக்கிறார்கள்.

'கதையை எப்படி அமைக்க வேண்டும்' என உளவியல் ரீதியாகவே ஒரு விளக்கத்துடன் பஞ்சு சார் என்னிடம் சொன்னார்.

"மனோபாலா சார்... நாம ஹீரோவுக்கு கதை சொல்லும் போதும்கூட, ஆடியன்ஸுக்கு எப்படி கதையைச் சொல்லப் போறோமோ... அதுபோல சொல்லணும். ஹீரோ ஒரு போலீஸ் ஆபீஸர்னு வச்சுங்கங்களேன். ஹீரோகிட்ட முதல்லயே இதைச் சொன்னீங்கன்னா... அப்படியே, காக்கி டிரெஸ் விறைப்போட மனரீதியா இறுக்கமா ஆகிடுவாங்க. அப்ப அந்த மூடுக்கு ஏத்த மாதிரிதான், குறிப்பிட்ட வட்டத்துக்குள்ளதான் ஸீன் பண்ணவேண்டியிருக்கும். அதைத் தாண்டி ஸீன் சொன்னா,

'காவல்காரன்'
எம்.ஜி.ஆர்

பஞ்சு அருணாசலம்

அவங்களுக்கு உளவியல்ரீதியா பிடிக்காமப் போயிடும். அதேசமயம்... போலீஸ் கதையை எப்படிச் சொல்லணும்னா... ஹீரோ போலீஸ் ஆபீஸர்ங்கிறதை சொல்லாம... ஒரு லோக்கலான ஆளு. தப்ப தட்டிக் கேட்பான்... கடைசியில தான் அவன் ஒரு போலீஸ் ஆபீஸர்னு தெரியவரும்னு கதை சொன்னா... அந்த லோக்கல் ஆளா, அநியாயத்த தட்டிக் கேட்கிற இளைஞனாத் தான் ஹீரோ தன்னை உருவகப்படுத்திக்குவார். தேவைப்படுற இடத்துல மட்டும் போலீஸ் மிடுக்கை காட்டுவார். அதனால இஷ்டத்துக்கு ஸீன் பண்ணலாம். இந்த ஃபார்முலாவுக்கு மிகச் சிறந்த உதாரணம் எம்.ஜி.ஆர் சாரோட 'காவல்காரன்' படம்தான். அந்தப் படத்துல எம்.ஜி.ஆர். ஜாலியா வளைய வந்துட்டிருப்பார். 'ஓங்கொப்பரான சத்தியமா நான் காவல்காரன்'னு பாட்டுகூட பாடுவார். ஆனா இண்டர்வெல் பிளாக்ல அவர் ஒரு போலீஸ்னு ஆடியன்ஸுக்கு தெரியவரும்போது ஒரு பரபரப்பு இருக்கும். எம்.ஜி.ஆரும் அப்படியே சீரியஸா மாறுவார். 'இந்த ஃபார்முலா எப்பவுமே சக்ஸஸ் ஃபார்முலா' எனச் சொன்னார்.

எவ்வளவு பெரிய சீக்ரெட் ஆஃப் சக்ஸஸ் இது.

அதனாலதான் பஞ்சு சார் ஒரே நேரத்துல ஒரே ஹீரோவுக்கு சீரியஸான ஒரு கதையையும், ஒரு பக்கா கமர்ஷியல் கதையையும் உருவாக்க முடிஞ்சிருக்கு.

நான் 'சத்யா மூவீஸ்' என்கிற பெரிய கம்பெனிக்காக பெரிய நடிகர் ரஜினியை வச்சு 'ஊர்க்காவலன்' படம் பண்ணியதைச் சொன்னேன். அதில் தொடக்கத்தில் சில நிர்பந்தங்கள் எனக்கு ஏற்பட்டதையும், பிறகு என் மேல் நம்பிக்கை வைத்து, என்னை சுதந்திரமாக இயங்க விட்டதையும் சொன்னேனல்லவா. அதுக்கு முன்பே சத்யா மூவீஸ் நிர்வாகி பத்மனாபன் தயாரிப்பில் 'மக்கள் திலகம் பிக்சர்ஸ்'ஸுக்காக கன்னடத்தில் விஷ்ணுவர்த்தன், ஊர்வசி நடிப்பில் 'டிசம்பர்-31' என்கிற படத்தை எடுத்ததையும் சொன்னேன்.

பெரிய நிறுவனங்களின் தயாரிப்பில், படம் இயக்குவது மட்டுமல்ல. பெரிய ஹீரோக்களின் படத்தை இயக்குவதிலும், சில சங்கடங்கள் உண்டு. 'டிசம்பர்-31' படப்பிடிப்பின்போது சொல்ல மறந்த விஷயம் ஒன்றை உங்களோடு பகிர்ந்துகொள்கிறேன்.

எல்லா மொழிகளிலுமே பெரிய ஹீரோக்கள் இருவரின் ரசிகர்கள் ஒருவித பதட்டத்தை உண்டாக்குவார்கள். ஆனாலும் கன்னடத்தில் ரசிகர்கள் முரட்டுத்தனமாக இருப்பார்கள். அதிலும் குறிப்பாக ராஜ்குமார் மற்றும் விஷ்ணுவர்த்தன் ரசிகர்கள் இடையே இந்த கடும் பதட்டம் இருக்கும்.

'இப்படியெல்லாம் இருக்கும்' என்று எனக்கு அங்கே போய் ஷூட்டிங் தொடங்கிய பிறகுதான் தெரியும்.

பத்மநாபன் எனக்கு ஃப்ளைட் டிக்கெட் போட்டுக் கொடுத்தார். நான் பெங்களூரு சென்று விஷ்ணுவர்த்தனிடம் கதை சொன்னேன். அவருக்கு மிகவும் பிடித்துப்போனது.

(விஷ்ணுவர்தன் இறப்பதற்கு முன்புவரை, மற்றவர்களிடம் இந்த கதையைப் பாராட்டிச் சொல்லியிருக்கிறார் என்றால் பாருங்களேன்?)

படப்பிடிப்பு தொடங்கியதும், பஞ்சாயத்தும் தொடங்கியது.

கன்னட சினிமாவில் ராஜ்குமார்தான் தெய்வம். ராஜ்குமாரின் படங்களை டைரக்ட் செய்கிறவர்கள் மட்டுமே மனிதர்களாக பார்க்கப்படுவார்கள். மற்ற கன்னட ஹீரோக்களை வைத்து படம் பண்ணும் இயக்குநர்கள் மனித லிஸ்ட்டில் வைக்கப்படமாட்டார்கள். ஏதோ தங்களின் சொந்த எதிரியாகவே பார்ப்பார்கள் ரசிகர்கள்.

ராஜ்குமார் ரசிகர்களின் கொலை வெறித் தாக்குதல்...

ஏர்போர்ட்டுல தூக்கம்; ஸ்டுடியோவுல குளியல்!

சத்யா ஸ்டுடியோ நிர்வாகி பத்மநாபனின் 'மக்கள் திலகம் பிக்சர்ஸ்'ஸுக்காக விஷ்ணுவர்த்தனை வைத்து 'டிசம்பர் 31' கன்னடப் படத்தை கர்நாடக லொகேஷன்களில் இயக்கி வந்தேன்.

கன்னட திரையுலகில் ராஜ்குமாரின் முரட்டு ரசிகர்கள், பிற ஹீரோக்களின் படங்களை இயக்குபவர்களை மனுஷனாகக் கூட மதிப்பதில்லை.

ஒரு அச்சமான சூழ்நிலையில்தான் படப்பிடிப்பை நடத்தி வந்தேன். எந்தளவுக்கு அச்சமென்றால்... நான் விஷ்ணுவர்த்தனை வைத்து படம் இயக்கிக்கொண்டிருந்தபோது, ராஜ்குமார் படம் ஒன்றை பி.வாசு இயக்கிக்கொண்டிருந்தார்.

ஷூட்டிங் ஸ்பாட் பகுதிகளில் பி.வாசு என்னைப் பார்த்தால்கூட, பார்க்காதது மாதிரி போவார். நானும், அவர் யாரோ என்கிற பாவனையில்தான் நடந்துகொண்டேன்.

இத்தனைக்கும் நாங்கள் இருவரும் டைரக்டர் ஆவதற்கு பல வருடங்கள் முன்பிருந்தே நெருங்கிய நண்பர்கள். நட்பைக்கூட காட்டிக்கொள்ள முடியாத அளவுக்கு நிலமை அவ்வளவு பதட்டமாக இருந்தது.

ஒருநாள்....

படப்பிடிப்பை முடித்துவிட்டு, நாங்கள் தங்கியிருந்த கனிஷ்கா ஹோட்டலுக்கு வந்தோம். நான் ரிலாக்ஸ்டா லுங்கி கட்டிக்கொண்டு, ரிசப்ஷனில் உட்கார்ந்திருந்தேன். எங்கள் யூனிட்டைச் சேர்ந்த சிலரும் அங்கே நின்றிருந்தார்கள்.

அப்போது திபுதிபுவென ஒரு ஆவேசக் கூச்சலோடு ராஜ்குமார் ரசிகர்கள் ஒரு கும்பலாக ஹோட்டலுக்குள் நுழைந்தார்கள். கேமராமேன் பி.ஆர்.விஜயலட்சுமியோட அஸிஸ்டெண்ட் நல்ல சிவப்பா, ஸ்டைலா, பார்க்கிறதுக்கு ஒரு டைரக்டர் தோரணையோட இருப்பான். அவன்தான் டைரக்டர் என நினைத்து, அவனைச் சூழ்ந்துகொண்டு, கன்னடத்தில் கெட்ட வார்த்தைகளில் கடுமையாக திட்டினார்கள்.

அவன் பரிதாபமாக என்னைப் பார்த்தான்.

என் உடம்பு அடி தாங்குற உடம்பு இல்லையே... அதனால், 'என்னைக் காட்டிக் கொடுத்தே, அப்புறம்...' என பார்வையாலேயே அவனை எச்சரித்தேன்.

அவனை அடி பின்னியெடுத்துவிட்டு, ஆவேசம் குறையாமலேயே 'ஷூட்டிங்கை கேன்ஸல் பண்ணிட்டு, மெட்ராஸுக்கு ஓடிடு' என கன்னடத்தில் எச்சரித்துவிட்டுப் போனார்கள்.

"டெய்லி இப்படி ஏதாவது பிரச்சினைன்னா, எப்படி சார் படத்தை முடிக்கிறது?" என பி.ஆர்.விஜயலட்சுமி கேட்டார்.

எனக்கும் அதே கேள்விதான் இருந்தது.

ராஜ்குமார் ரசிகர்கள் எங்கள் யூனிட்டை தாக்கி, எச்சரித்துவிட்டுப் போன விஷயம் விஷ்ணுவர்த்தனுக்கு எட்டியது.

அவர் தன்னோட பாடிகாட்களை எங்களுக்கு பாதுகாப்பா களத்தில் இறக்கினார்.

தினசரி யுத்தத்திற்கு போவதுபோல்தான் இருந்தது ஷூட்டிங் போவது. ஆனாலும் விஷ்ணுவர்த்தன் ஆட்கள் எங்களுக்கு பாதுகாப்பு அளிக்கத் துவங்கியதும், ராஜ்குமார் ரசிகர்களால் எந்த பிரச்சினையும் ஏற்படவில்லை .

பிரபு சார், ரேகா நடிப்பில் 'மூடு மந்திரம்' படப்பிடிப்பு சென்னையில் ஒரு ஃபோர்ஷனும், ஊட்டியில் ஒரு போர்ஷனும் எடுக்கப்பட்டது.

இன்னொருபுறம் விஜயகாந்த் சார், சுஹாசினி, ரேகா நடிப்பில் 'எம் புருஷன்தான் எனக்கு மட்டும்தான்' படப்பிடிப்பு.

இந்த இரண்டு படங்களுக்கும் கலைமணி சார்தான் கதை.

மறுபுறம் 'டிசம்பர் 31' இறுதிக்கட்டப் படப்பிடிப்பு.

மூன்று பட வேலைகளும் எனக்கு கிளாஷ் ஆனது.

காலையில் ஏழு மணியிலிருந்து ஒருமணி வரை விஜயகாந்த் சார் படம், மதியம் இரண்டு மணியிலிருந்து மாலை ஆறு மணி வரை பிரபு சார் படம்.

ரெண்டு பட ஷூட்டிங்கையும் முடிச்சதும், ஏழு மணிக்கு பெங்களூருவுக்கு ஃப்ளைட்டில் போவேன். அங்கே விடிகாலை நாலு மணி வரை விஷ்ணுவர்த்தன் சார் ஷூட்டிங். நாலுமணிக்கு பெங்களூரு ஏர்போட்டுக்கு வந்து அங்கேயே வெய்ட்டிங் ரூமில் தூங்கிவிட்டு, ஆறு மணிக்கு ஃப்ளைட் ஏறி, சென்னை. இங்கே ஏழு மணியிலிருந்து விஜயகாந்த் சார் படம்.

இப்படி ஓய்வில்லாமல் ஷூட்டிங் நடத்திக்கொண்டிருந்தேன்.

'**என்** புஷன்தான் எனக்கு மட்டும்தான்' பட வேலைகள் தொடங்கியதுமே, படத்தின் வட-தென் ஆற்காடு, செங்கற்பட்டு பகுதிகளை உள்ளடக்கிய என்.எஸ்.சி. ஏரியா விநியோக உரிமையை ராதிகாவின் அம்மா கீதாம்மா வாங்கியிருந்தார்.

கீதாம்மா இப்படி ஏரியா விநியோக உரிமை வாங்கி, அதை வேறு விநியோகஸ்தர்களுக்கு கூடுதல் விலை வைத்து விற்றுவிடுவார் அல்லது அவரே ரிலீஸ் பண்ணுவார். விநியோக பிசினஸ் அவருக்கு கைவந்த கலை.

படத்தின் கதாநாயகி குறித்து பேச்சு வந்தது. அப்போது நான் வழக்கம்போல ராதிகாவின் பெயரைச் சொன்னேன்.

'ராதிகா ஓ.கே. ஆனா ஒரு மாறுதலுக்கு வேற கதாநாயகியை தேர்வு செய்யுங்க' என என்னைச் சுற்றி இருந்தவர்களும், படக்கம்பெனி சார்பிலும் சொன்னார்கள். இந்த விவாதம் நடத்துகொண்டிருந்த நேரத்தில் விஜயகாந்த்திற்கும், ராதிகாவிற்கும் பிரச்சினை ஏற்பட்டு பிரிந்தனர்.

சுஹாசினியையும், ரேகாவையும் படத்திற்கு ஒப்பந்தம் செய்தாலும்கூட, என் கவலை எல்லாம்... 'பெரிய பிசினஸ் ஏரியாவான என்.எஸ்.சி.க்கு படத்தோட விநியோக உரிமையை வாங்கியிருக்கார் ராதிகாவின் அம்மா. படத்துல ராதிகா ஹீரோயின் இல்லேன்னு தெரிஞ்சா, ஏரியா வேணாம்னு சொல்லிடுவாரோ?' என்கிற யோசனையாகவே இருந்தது.

ஆனால் அதற்கு பிரச்சினை வராதபடி இன்னொரு ஒப்பந்தம் அமைந்தது. அது... ராதிகாவின் சொந்தப் படத்தை நான் இயக்க வேண்டும் என்பதுதான்.

இப்படி பிஸியான படப்பிடிப்பிற்கு மத்தியில் நான் என் வாழ்க்கையில் மறக்க முடியாத ஒரு நிகழ்வைச் சொல்கிறேன்.

உலகத் தமிழர்களால் மறக்க முடியாதது மக்கள் திலகம் எம்.ஜி.ஆர் அவர்களின் மரணம்.

'என் புருஷன்தான் எனக்கு மட்டும்தான்' -விஜயகாந்த்- சுஹாசினி

ராஜ்குமார்- விஷ்ணுவர்த்தன்

அவரின் மரண நிகழ்வு எனது வாழ்க்கையிலும் சில சிரமங்களை உண்டாக்கியது. அது மட்டுமல்ல... என் சினிமா வாழ்க்கையிலும் ஒரு திருப்புமுனையை உண்டாக்கியது.

எம்.ஜி.ஆர் மீது மக்களுக்கு இருந்த அபிமானம் எல்லாரும் அறிந்ததுதான் என்றாலும், அந்த அபிமானம் அதிர்ச்சியூட்டத்தக்க வகையிலும் இருந்ததை நான் என் கண்ணால் கண்டேன்.

எல்லார் கால்களும் ஒரே திசையில், ராஜாஜி ஹால் நோக்கி நடக்க... என் கால்கள் எதிர் திசையில் அடையாறு நோக்கி நடந்தது.

அதுபற்றிச் சொல்கிறேன்.

தரையெல்லாம் தாலி...!

என் வாழ்க்கையில் மறக்கவே முடியாத நாளாக ஆனது டிசம்பர் 24, 1987.

உலகத் தமிழர்களை பதறச் செய்த அந்த நாள், என் சொந்த வாழ்க்கையில் சில தாக்கங்களை உண்டாக்கியது. என் சினிமா வாழ்க்கையிலும் ஒரு திருப்பத்திற்கான அடித்தளத்தை உண்டாக்கியது.

அன்றுதான்... முதலமைச்சராக இருந்த 'மக்கள் திலகம்' எம்.ஜி.ஆர். அவர்கள் மறைந்தார். எம்.ஜி.ஆர் அவர்கள் இறந்த அதே நாளில்தான் அடையாறில் வசித்துவந்த என் அக்காவின் கணவரும் இறந்தார். அங்கே போவது அவ்வளவு எளிதாக இருக்கவில்லை. எம்.ஜி.ஆரின் தொண்டர்களும், தீவிர ரசிகர்களும் மிகுந்த சோகத்திலும், ஆத்திரத்திலும் கண்ணில் தட்டுப்படுகிற வாகனங்களையெல்லாம் அடித்து நொறுக்குகிறார்கள்.

என் அக்காவின் மகன்கள் இருவரும் ஊரிலிருந்து வர வேண்டும். அதிகாலையிலேயே தகவல் சொல்லியாகிவிட்டது. ஆனால் அவன் கிளம்பிவிட்டானா... எங்கே வந்துகொண்டிருக்கிறான்? என எந்த தகவலும் தெரியவில்லை. "சாயங்காலம் வரைக்கும் பார்ப்போம். இல்லேன்னா சாயங்காலமா இறுதிச்

சடங்குக்கு பாடிய எடுத்திடுவோம்..." என நாங்கள் முடிவு செய்திருந்தோம்.

பாரதிராஜா சார் ரொம்ப உணர்ச்சிவசப்பட்ட நிலையில் இருக்கார். 'எம்.ஜி.ஆரண்ணனோட உடலை ராஜாஜி ஹால்ல வைக்கப் போறாங்க. நாம எல்லாரும் போகணும். நீதான் தகவல் கொடுத்து எல்லாரையும் அஸெம்பிள் பண்ணணும்' எனச் சொன்னார் என்னிடம்.

எங்கே அஸெம்பிள் ஆகவேண்டும் என எல்லாருக்கும் தகவல் சொல்லிவிட்டேன். 'எம்.ஜி.ஆரின் இறுதிச் சடங்கு மறுநாள்தான் நடக்கப் போகுது. அதனால் இன்னைக்கி மாமாவோட இறுதிச் சடங்கு வேலைகளைச் செஞ்சிடலாம்' என மதியம் மூன்று மணி வாக்கில் அடையாறு கஸ்தூரிபா நகர் கிளம்பினேன்.

பஸ், ரிக்ஷா, ஆட்டோ, டாக்ஸி... ஏன், பைக் கூட சாலைகளில் செல்லவில்லை. எல்லாச் சாலைகளும் ராஜாஜி ஹாலை நோக்கி என்பதுபோல... எம்.ஜி.ஆருக்கு அஞ்சலி செலுத்த எங்கு பார்த்தாலும் சாலைகளில் கூட்டம் கூட்டமாக மக்கள் சென்று கொண்டிருக்கிறார்கள்.

எதிர் திசையில் நான்... அடையாறை நோக்கி நடந்து போக ஆரம்பித்தேன்.

நான் அக்கா வீட்டுக்குப் போய்ச் சேர்ந்தேன். எப்படியோ, கிடைத்த வாகனத்தில் தொத்திக்கொண்டு என் அக்காவின் மகன்கள் இருவரும் வந்து சேர்ந்துவிட்டார்கள்.

மாலையில் மாமாவின் உடல் அடக்கம் செய்யப்பட வேண்டுமே... பெசன்ட் நகர் சுடுகாட்டு ஊழியர்களிடம் பேசினேன். 300 ரூபாய்தான் வழக்கமாக. ஆனால் 500 ரூபாய் கேட்டார். அதையும் தருவதாகச் சொல்லியிருந்தேன்.

சிறிது நேரத்தில் 1500 ரூபாய் கேட்டார்கள்.

"என்னப்பா இது அநியாயமா இருக்கு?"

"எங்க தலைவரே போயிட்டாரு... இந்த நேரத்துல உங்க மாமாவுக்கு காரியம் பண்ணுறது பெரிய விஷயம். 1500 ரூபாய் அதிகம்னு நெனைச்சா... நான் சொல்ற மாதிரி செய்ங்க. உங்க வீட்டு கொல்லப் பக்கத்துல புதைச்சிருங்க. ரெண்டு நாள் கழிச்சு தோண்டு எடுத்துட்டு வாங்க... எரிச்சிருவோம்"

சுடுகாட்டு ஊழியர் இப்படி அதிரடியாகச் சொன்னது எங்களை அதிர்ச்சியடைய வைத்தது.

புரட்சித் தலைவரின் இறுதிப் பயணத்தில்...

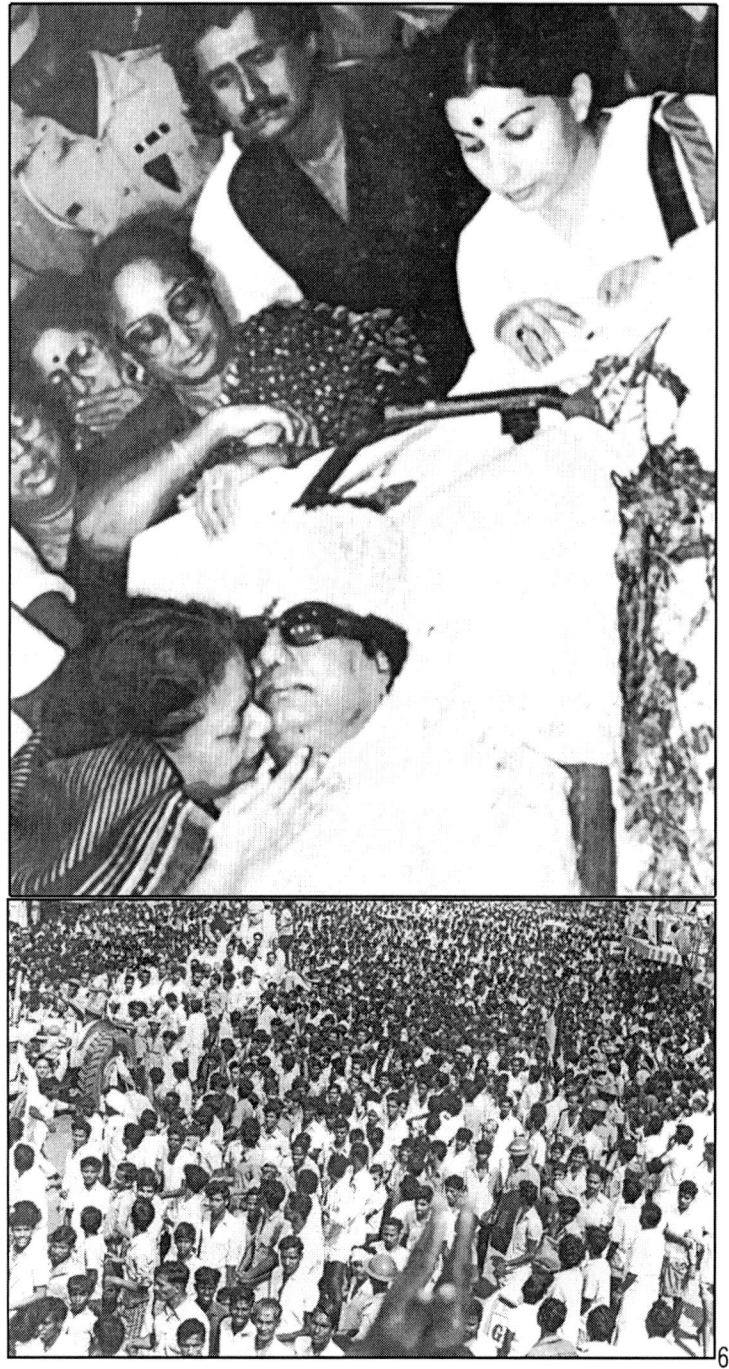

1500 ரூபாய் தர ஒப்புக்கொண்டோம்.

வீட்டிலிருந்து பாடியை எடுத்து வர, பாடை கட்டுவதற்கு தென்ன ஓலை கிடைக்கவில்லை. எந்தப் பொருளும் கிடைக்கவில்லை. ஏனென்றால்... எல்லா கடையும் அடைத்திருந்தது... எம்.ஜி.ஆர். மறைவுக்காக.

என் அக்கா வீட்டின் கொல்லைப்புறத்தில் ஒரு தென்னை மரம் இருந்தது. அதில் ஓலை வெட்டலாம் என்றால்... "வீட்டுல இருக்கிற மரத்துலருந்து சாவுக்கு ஓலை வெட்டக்கூடாது" என என் அக்கா விடாப்பிடியாகச் சொல்லிவிட்டார்.

என் படங்களின் ஆர்ட் டைரக்டருக்கு போன்பண்ணிச் சொன்னேன். அவர் தன் அஸிஸ்டெண்ட் மூலம் ஒரு மண் பானையும், ரெண்டு ஓலையும் ஏற்பாடு செய்து அனுப்ப... அந்த உதவியாளர் அதைக் கொண்டுவந்து வாசலில் வைத்துவிட்டுப் போய்விட்டார்.

தென்ன ஓலையைப் பின்னவேண்டுமே? யாருக்குத் தெரியும்?

நல்லவேளையாக ஒரு ரிக்ஷாக்காரர் வந்து பின்னிக்கொடுத்தார். அடுப்புக்கரி ஒரு வீட்டிலிருந்து கொஞ்சம் கொடுத்தார்கள். அதில் சூடம் போட்டு நெருப்பு மூட்டி... சாங்கித்யம் முடிந்து சுடுகாட்டுக்கு உடலை சுமந்துகொண்டு கிளம்ப... என் அக்கா மயக்கம் போட்டு விழுந்துவிட்டார். சில பெண்கள் வீட்டுக்குள் தூக்கிச் சென்றார்கள்.

நான் வேகவேகமாக நடந்து ஜெமினி பார்ஸன் வந்தேன், எங்க டைரக்டர் பாரதிராஜாவைப் பார்க்க.

"எங்க போன நீ?"ன்னு கத்துறார் டைரக்டர்.

அவர்கிட்ட இந்தச் சூழல்ல... "எங்க மாமா இறந்துட்டாரு"னு சொல்லிக்கிட்டிருக்க முடியுமா? (நான்கு நாட்கள் கழித்துதான் சொன்னேன்)

சினிமா பிரபலங்கள் 42 கார்களில் கான்வாய் மாதிரி சென்று எம்.ஜி.ஆருக்கு அஞ்சலி செலுத்தத் திட்டமிட்டோம். அதன்படியே கான்வாய் கிளம்பியது.

சிவகுமார் சார் கார் எடுத்து வந்தார். அதில் நான், மனோரமா ஆச்சி, கவிஞர் வைரமுத்து ஆக... நாங்கள் நான்கு பேர் வந்தோம்.

"ராஜாஜி ஹால் முன்புற வாசல் வழியாக போக முடியாது. லட்சக்கணக்கான மக்கள் எமோஷனலாக இருக்காங்க... பின்வாசல் வழியா போங்க" என போலீஸ் அதிகாரிகள் தரப்பில் எங்களுக்கு

அறிவுறுத்தப்பட்டது.

பின்வாசல் வழியாக ஏறினால்... பெரிய அதிர்ச்சி! படிக்கட்டு முழுக்க விதவிதமான டிஸைன்களில் தாலிகள் நூற்றுக்கணக்கில் கிடந்தது.

எம்.ஜி.ஆரின் மறைவைத் தாங்கிக்கொள்ள முடியாமல் நூற்றுக்கணக்கான பெண்கள் தங்களின் தாலிகளை அறுத்து வீசியிருந்தனர்.

அவ்வளவு எமோஷனல்...!

"அக்கா கீழ பாத்தீங்களா?" என நான் கேட்ட பிறகுதான், மனோரமா குனிந்து படிக்கட்டுகளைப் பார்த்தார்.

"அய்யோ... என்னப்பா இது?" என படிக்கட்டில் கால் வைக்கத் தயங்கினார். மற்றவர்கள் எல்லாம் தாலிகளை மிதித்துக்கொண்டே நடந்தார்கள்.

பெண்ணுக்குத்தானே தாலியின் மகிமை தெரியும்.

மனோரமாவை தாலி கிடக்காத பகுதியாகப் பார்த்துப் பார்த்து அழைத்துச் சென்றேன்.

அசையாமல் கிடந்த தலைவரின் உடலைப் பார்த்ததும் என் கண்களெல்லாம் கலங்கிப் போச்சு.

'ஓ'ன்னு பெருங்குரலெடுத்து மனோரமா அழுதார் பாருங்க... இன்னமும் கூட அந்த அழுகைச் சத்தம் என் காதில் கேட்டபடியே இருக்கு.

என் படத்திற்கு கலைஞர் வசனம்!

43 கார்களில் திரை பிரலங்கள் ஊர்வலமாகச் சென்று, ராஜாஜி ஹாலில் வைக்கப்பட்டிருந்த புரட்சித்தலைவர் எம்.ஜி.ஆரின் உடலுக்கு மரியாதை செய்தோம். நான், மனோரமா, வைரமுத்து, மூவரும் சிவக்குமார் சாருடன் அவரது காரில் சென்றிருந்தோம். அஞ்சலி செலுத்த மக்கள் லட்சக்கணக்கில் வரிசையில் வந்தபடி இருந்தனர். தாங்க முடியாத துக்கத்தில் நூற்றுக்கணக்கான பெண்கள் தங்களின் தாலியை அறுத்து எம்.ஜி.ஆரின் உடல் வைக்கப்பட்டிருந்த இடத்தை நோக்கி வீசிக்கொண்டே அஞ்சலி செலுத்தினர். தாலியில் கால் படாமல் ஒரு ஓரமாக மனோரமாவை அழைத்து வந்தேன்.

எம்.ஜி.ஆரின் உடலைப் பார்த்ததும் 'ஓ'வென பெருங்குரலெடுத்து மனோரமா அழுதது இன்னும் என் காதிலே ஒலித்துக்கொண்டிருக்கிறது.

தலைவரைப் பார்த்ததும் எனக்கு கண்ணு கலங்கீருச்சு. தூங்குகிற பாவனையில் தலைவர் உடல் இருந்தது. தலைமாட்டில் புரட்சித்தலைவி ஜெயலலிதா அவர்கள் நிற்கிறாங்க. அந்தப்பக்கம் ஜானகியமா நிற்கிறாங்க. தலைவரோட உடலைச் சுத்திலும் உறவுக்காரவங்க நிற்கிறாங்க. எல்லார் முகத்துலயும் அவ்வளவு

சோகம்.

காலைத் தொட்டு கும்பிட்டு, தலைவருக்கு அஞ்சலி செலுத்திட்டு, அப்படியே நடந்தோம்.

'ராஜாஜி ஹால்லயே ஒரு பக்கம் அடுத்த முதல்வர் யார்?'ங்கிற விவாதம் ஆர்.எம்.வீரப்பன் தலைமையில் தீவிரமா நடந்துக்கிட்டிருந்தது.

'யார் முதலமைச்சரா வருவாங்க' என்கிற கேள்விக்குறியோட, கார் நிறுத்தியிருந்த இடத்துக்கு நடந்தோம்.

மக்கள் திலகம் மறைந்ததை என்னால ஏத்துக்கவே முடியல. மனசு சமாதானமாக மாட்டேங்குது. என் கண்ணுல இருந்து கண்ணீர் கொட்டிக்கிட்டே இருக்கு.

பத்திரிகைக்காரங்கள்லாம் சூழ்ந்துக்கிட்டாங்க.

எம்.ஜி.ஆர் பத்தி சிவகுமார் பத்து நிமிஷம் பேசினார். வைரமுத்துவும் பேசினார். மனோரமாவும் தன்னோட நினைவுகளை பகிர்ந்துக்கிட்டாங்க. அந்த பத்திரிகையாளர்கள் என்னைக் கண்டுக்கல. ஏன்னா... நான் யாருங்கிறதே அவங்களுக்குத் தெரியல.

சினிமாவோட முகம் நடிகன்தான். நடிச்சாத்தான் மக்களுக்குத் தெரியும்... டைரக்டர்லாம் மக்களுக்குத் தெரியாது.

காரில் ஏறி உட்கார்ந்தோம்.

'சினிமாவின் புகழ் வெளிச்சம் எப்போது என்மேல் விழும்?' என்கிற கேள்வி எனக்குள் எழுந்தது.

புரட்சித் தலைவரின் மறைவு எனக்குள் ஒரு பெரும் சோகத்தை ஏற்படுத்தியிருந்தாலும், 'எப்படி, இப்படி பல லட்சக்கணக்கான மக்கள் தன்மீது பாசம் வைக்கும்படி நடந்துகொண்டார்?' என்பது பெரும் வியப்பாக இருந்தது. அந்த வியப்பிலிருந்து மீளவே எனக்கு வெகு நாள் ஆனது.

மெரினா கடற்கரையில் மக்கள் திலகத்தின் உடல் அடக்கத்திற்கான இறுதி யாத்திரை தொடங்கியது. ராஜாஜி ஹாலிலிருந்து சினிமா பிரபலங்கள் எல்லாம் நடந்தோம். அப்போது விஜயகாந்த் எங்களுடன் வந்து சேர்ந்துகொண்டார். அந்தச் சமயத்தில் விஜயகாந்த் தி.மு.க. அனுதாபியாக, கலைஞருக்கு நெருக்கமானவராக இருந்தார். இதனால் விஜயகாந்த்தைப் பார்த்ததும் சாலையில் இருபுறமும் நின்றிருந்த எம்.ஜி.ஆரின் அனுதாபிகள் கத்தினாங்க பாருங்க... அப்படிக் கத்துனாங்க.

ஆனால் அந்த எதிர்ப்புக் குரலுக்கு எந்த ரியாக்ஷனும் காட்டாமல் ராஜா போல நடந்து வந்தார் விஜயகாந்த். அவரின் ஒரு புறத்தில் நானும், மறுபுறத்தில் தயாரிப்பாளர் தாணுவும் நடந்து போனோம்.

சவக்குழிக்குள் புரட்சித் தலைவரின் உடல் வைக்கப்பட்டு, மண்ணிட்டு மூடப்பட்டது. விஜயகாந்த் அந்த சமாதியின் கால் மாட்டில் குனிந்து தொட்டு வணங்கினார்.

மீண்டும் ராஜாஜி ஹாலை நோக்கி நடந்துவந்தோம்.

"விஜி... உக்களுக்கு ரொம்ப ஃபேவரைட் புரட்சித் தலைவர். அவர் மேல உயிரையே வச்சிருப்பீங்களே..." என்றேன்.

"டைரக்டர் சார், ஒங்களுக்குத் தெரியாது. எம்.ஜி.ஆரே, தான் நடிச்ச எல்லா படத்தையும் பார்த்திருப்பாரா?னு தெரியாது. ஆனா நான் பார்த்திருக்கேன். 'எங்க வீட்டுப் பிள்ளை' மாதிரி பல படங்களை எத்தனை முறை திரும்பத் திரும்ப பார்த்திருப்பேன்னு கணக்கில்ல. எனக்கு ரோல் மாடல் எம்.ஜி.ஆர்.தான். எம்.ஜி.ஆர் வழியில நடக்கிறது தான் ஒரு நல்ல மனிதனுக்கு அடையாளம்னு எனக்குத் தோணுச்சு. அதனால நான் எம்.ஜி.ஆரோட சினிமா ரசிகனா மட்டும் இல்லாம, அவரோட கொள்கை ரீதியான ஃபாலோயரா மாறணும். நான் எம்.ஜி.ஆர். வழியில நடப்பேன்" எனச் சொன்னார் விஜயகாந்த்.

எம்.ஜி.ஆர்.

நேரில் பார்க்காதவர்களாலேயே மறக்க முடியாத அந்த மனிதரை, நெருங்கிப் பார்த்தவர்களால் எப்படி மறக்க முடியும். இவ்வளவு பெரிய ஜன சமுத்திரத்தை தன் ஆட்களாக எப்படி மாற்றினார் எம்.ஜி.ஆர் என்பது இன்னும் விடை கிடைக்காத வியப்புதான்!

ராதிகாவின் சொந்தப் படத்தை இயக்கும் வாய்ப்பு எனக்கு அமைந்தது.

'கூன் பரி மாங்' என்ற பெயரில் ரேகா நடிப்பில் வெளிவந்த இந்திப் படத்தின் உரிமையை வாங்கி, அதை தயாரிக்க திட்டமிட்டார் ராதிகா. அந்தப் படம் மூன்றுமணி நேரம் ஓடக்கூடியது. நம்ம ஊரில் மூன்றுமணி நேரம் படம் பார்க்கும் பொறுமை ஆடியன்ஸுக்கு இல்லை. அதனால் அரைமணி நேரம் குறைக்க விரும்பினேன், ஆனால் முடியவில்லை. சுமார் பத்து நிமிஷங்கள்தான் குறைக்க முடிந்தது.

படத்திற்குப் பெயர் 'தென்றல் சுடும்.'

இதில் இன்னொரு மகிழ்ச்சியான செய்தி என்னவென்றால், கலைஞரை வசனம் எழுதக் கேட்பதாக ராதிகா சொன்ன தகவல்தான்.

கலைஞர் வசனம் எழுதும் படத்தை, நான் இயக்குவது என்பது எனக்கு மிகுந்த மகிழ்ச்சியைத் தந்தது.

காலை ஆறு, ஆறரை மணிக்கெல்லாம் கலைஞரின் வீட்டிற்குப் போய்விட்டோம். கலைஞரை சந்தித்தபோது திக்பிரம்மை பிடித்தவன் போல நான் அவரின் முகத்தையே பார்த்துக் கொண்டிருந்தேன்.

''வாய்யா... என்னய்யா...?'' என்று கேட்கிறார் கலைஞர். எனக்கு பதில் சொல்லத் தோன்றவில்லை.

ஒருவாறு சமாளித்துக் கொண்டு... ''ஒண்ணுமில்லப்பா'' என்றேன்.

என் மண்டைக்குள் கலைஞர் எழுதிய சூப்பர்ஹிட் படங்களின் வசனங்கள் எதிரொலித்தது. கலைஞரோட வசனத்தை எப்படியெல்லாம் வியந்து பாராட்டியிருக்கோம். இவரோட பேச்சைக் கேட்க எங்கங்க கூட்டங்களுக்கு போயிருக்கோம். இவரு நம்ம படத்துக்கு வசனமா? 'பாலா... உன் வாழ்க்கை எங்கயோ கொடி கட்டி பறக்குது' என என்னை நானே மெச்சிக்கொண்டேன்.

அரசியலில் எவ்வளவு பிஸியாக இருந்தாலும் சினிமாக்காரர்கள் வந்தால், நேரம் ஒதுக்கி, அவர்களிடம் பேசி, அரவணைத்துச் செல்லும் குணம் கலைஞரிடம் உண்டு. தங்கள் படங்களுக்கு வசனம் எழுத யார் கேட்டாலும் மறுக்கமாட்டார்.

'தென்றல் சுடும்' ராதிகா– நிழல்கள் ரவி

தாமதம் வேண்டுமானல் ஏற்படலாமே தவிர... மறுத்துவிட மாட்டார்.

சினிமாக்காரர்களை தன் சாதிக்காரன் என்பதுபோல பார்க்கிற எண்ணம் அவருக்கு எப்போதுமே உண்டு.

''டைரக்டரே... என்னய்யா இவ்வளவு ஒல்லியா இருக்க? நல்லா சாப்பாடு சாப்பிட்டு சதை போடுய்யா. ஷூட்டிங்ல ஸ்டார்ட் சொல்லும்போது, தெம்பா சொல்லிட்டு 'கட்'னு சொல்லும் போது கீழ விழுந்திருவ போல

இருக்கேய்யா...'' என்றார்.

''நீங்க கிருஷ்ணன்-பஞ்சுவுக்கெல்லாம் வசனம் எழுதலையா?'' என்றேன்.

கலைஞர் வாய்விட்டுச் சிரித்தார்.

(கலைஞரின் பொறி பறந்த வசனம் கொண்ட 'பராசக்தி' படத்தை இயக்கிய கிருஷ்ணன்- பஞ்சு இரட்டையர் எப்போதும் ஒல்லியாகவே இருப்பார்கள்.)

'தென்றல் சுடும்' படத்திற்கு வசனம் எழுத ஒப்புக்கொண்டார் கலைஞர்.

ராதிகா போன்ற பெரிய கதாநாயகிகளுக்கு, ஹீரோயின் சப்ஜெக்ட் படங்களில் ஜோடியாக நடிக்க சரத்பாபு, நிழல்கள் ரவி போன்ற ஹீரோக்கள்தான் சரியாக வரும். 'தென்றல் சுடும்' படத்தில் நிழல்கள் ரவி ஹீரோ. அவர் இராம.நாராயணன் இயக்கத்தில் மட்டும் 19 படங்களில் ஹீரோவாக நடித்திருந்தார்.

இருப்பினும், நிழல்கள் ரவியின் உதவியாளரே வருமான வரி கட்டுகிற அளவுக்கு ஏகப்பட்ட படங்களில் நிழல்கள் ரவி பிஸியாக நடித்துவந்தார்.

ஒவ்வொரு நாளும் காலை ஆறரை மணிக்கு கலைஞரின் வீட்டுக்குப் போனால், அன்றைய படப்பிடிப்பு காட்சிகளுக்கன வசனங்களை குறிப்புகளுடன் தயாராக எழுதி வைத்திருப்பார். அதில் அடித்தல் திருத்தலே இருக்காது. அப்படியே திருத்தவேண்டி வந்தாலும், அந்த திருத்த வேண்டிய இடத்தில் மட்டும் சிறிதாக ஒரு வெள்ளைத்தாள் கட் செய்து ஒட்டி, அதன் மேல் எழுதியிருப்பார். அவ்வளவு நேர்த்தியாக இருக்கும்.

டயலாக் பேப்பர் லெஃப்ட் சைடில் 'இந்த இடத்தை டைரக்டரின் கற்பனைக்கு விட்டுவிடுகிறேன்' என நோட் எழுதியிருப்பார். எப்போதும் ஒரு பிரதியை தன் வசம் வைத்துக் கொள்வார்.

இந்தியில் பெரும் வெற்றிபெற்ற படம், தமிழில் சரியான வெற்றியைப் பெறவில்லை. இதற்கு முக்கிய காரணம்... வழக்கமான தமிழில் வசனம் எழுதியிருந்த கலைஞர், க்ளைமாக்ஸில் பொறி பறக்கும் வசனங்களை தூய தமிழில் எழுதியிருந்தார். கூடவே... 'இந்த வசனங்கள் பழைய நடையில் இருப்பதாக டைரக்டர் நினைத்தால் பேச்சுநடைக்கு மாற்றிக்கொள்ளலாம்' என நோட் எழுதியிருந்தார் கலைஞர். நானும் பேச்சு நடைக்கு மாற்ற விரும்பினேன். ஆனால் மாற்றுவதற்கு ராதிகா அனுமதிக்கவில்லை.

‘மாத்துனா அப்பா (கலைஞர்) கோவிச்சுக்குவார்’ எனச் சொல்லிவிட்டார். அதனால் மாற்றாமல் எடுத்தேன். அது ஆடியன்ஸுக்கு பிடிக்கவில்லை.

கலைஞர் -இளையராஜா -ராதிகா காம்பினேஷனில் நான் இயக்கிய ‘தென்றல் சுடும்’ படம் எனக்கு மறக்க முடியாத அனுபவமாக இருந்தது.

படம் சுமாராக அமைந்தாலுகூட கலைஞர் வசனம் எழுதிய படத்தை இயக்கிய பெருமையும், அந்தச் சமயங்களில் கலைஞரின் மகள் சகோதரி செல்வியம்மா உள்ளிட்ட கலைஞரின் குடும்பத்தினருடன் பழகக் கிடைத்த வாய்ப்பும் மறக்க முடியாதது.

சார் என்று விளிக்கவேண்டா... மம்முக்கானு விளிச்சா மதி...

ரியலிலும் ஹீரோதான் விஜயகாந்த்!

'**தெ**ன்றல் சுடும்' படம் சுமாரான படமாகத்தான் அமைந்தது.

அடுத்த படம்?

ஏற்கனவே விஜயகாந்த் நடிப்பில் 'சிறைப்பறவை', 'என் புருஷன்தான் எனக்கு மட்டும்தான்' என இரண்டு படங்களை இயக்கியிருந்தேன்.

இந்தச் சமயம்தான் தயாரிப்பாளர் இப்ராஹிம் ராவுத்தரை எதேச்சையாகச் சந்தித்தேன். என்மேல் மிகுந்த மரியாதை கொண்டவர் ராவுத்தர். கதை இருந்தால் சொல்லும்படி சொன்னார்.

நானும், என் ரூம்மேட்டாக இருந்த கதாசிரியர் எம்.எஸ்.மதுவும் சேர்ந்து ராவுத்தரிடம் ஒரு கதை சொன்னோம்.

கதை ரொம்பவும் பிடித்துவிட்டது ராவுத்தருக்கு.

"இந்தக் கதையை மம்மூட்டிகிட்ட சொல்லிட்டு வாங்க..." என அனுப்பினார்.

நானும் மதுவும் திருவனந்தபுரம் சென்று, மம்மூட்டியைச் சந்தித்து கதையைச் சொன்னோம்.

கதை மம்மூட்டிக்கும் பிடித்துப்போனது.

நான் கதை சொல்லும்போது... 'சார்... சார்...' என்றே மம்மூட்டியை கூப்பிட்டேன்.

"சார் என்று விளிக்க வேண்டா... 'மம்முக்கா'னு விளிச்சாலே மதி" என்றார்.

('மம்முக்கா என நட்பு ரீதியாகக் கூப்பிட்டாலே போதும்' என்றார்.)

நானும் 'மம்முக்கா' என கூப்பிட ஆரம்பித்தேன்.

நாடறிந்த ஒரு சூப்பர் அந்தஸ்து கொண்ட நடிகருடன் ரெண்டேநாளில், ஃப்ரெண்ட்ஷிப் வைப்பது சாத்தியமில்லை. ஆனாலும் சாத்தியமாக்கினார் மம்மூட்டி.

நானும், அவரும் நல்ல நண்பர்களானோம்.

சென்னை திரும்பியதும் நானும், மதுவும் அமர்ந்து கதையை மெருகேற்றிக்கொண்டிருந்தோம்.

ராவுத்தர் ஃபிலிம்ஸ் தயாரிப்பில் மம்மூட்டி நடிப்பில் எனது இயக்கத்தில்... இன்னும் சில நாட்களில் பட பூஜை போடுவதற்காக இருந்த நிலையில்...

இரவு நேரத்தில் கதை விவாதம் நடத்திக்கொண்டிருந்த போது...

"ஆபீஸ் வரைக்கும் வந்துட்டுப் போக முடியுமா?" என ராவுத்தரிடமிருந்து அழைப்பு.

ராவுத்தரை சந்தித்தேன்.

"நம்ம கேம்பஸுக்குள்ள இன்னொரு ஹீரோ எதுக்கு? இந்தக் கதைய நீங்க விஜிக்கே பண்ணுங்க" என்றார்.

எனக்கு அதிர்ச்சியாக இருந்தது.

காரணம்...

சவப்பெட்டி செய்கிற ஓர் ஏழை இளைஞன். அவனுக்கு ஒரு தாய்.

இதுதான் கதையின் மையம்.

"ரொம்ப ஸாஃப்ட்டான கதை. இது மம்மூட்டிக்கு சரியா இருக்கும். விஜயகாந்த் சாரோட ஆக்ஷன் ஹீரோ இமேஜுக்கு சரியா வராது..." எனச் சொன்னேன்.

"அதெல்லாம் சரியா வரும் டைரக்டரே! விஜிக்கு தகுந்த மாதிரி கதையில் ஸீன் சேருங்க" என்றார் ராவுத்தர்.

வசனகர்த்தா லியாகத் அலிகானையும் கதை விவாதத்திற்குள் கோர்த்துவிட்டார்.

படப்பிடிப்பில் இரண்டு ஊர் மக்கள் கலவரம் செய்ய

வந்ததையும் அவர்களை விஜயகாந்த் அடக்கிய வீரத்தையும் சொல்கிறேன்...!

மம்மூட்டிக்காக நான் சொல்லியிருந்த கதையை, விஜயகாந்த்துக்காக மாற்றி தயார் செய்தோம்.

விஜயகாந்த்தின் நண்பராகவும், அவரின் ரசிகர் மன்றங்களை ஒருங்கிணைத்து தலைவராக யெல்பட்டவரும்... விஜயகாந்த்துக்கு ஒன்று என்றால், உயிரையே கொடுக்கக்கூடியவருமான மணி அவர்கள் நாகர்கோயில் பகுதியைச் சேர்ந்தவர். அவருடனும் எனக்கு நல்ல பழக்கம் உண்டானது.

(பொதுவாக விஜயாகாந்திற்கு யார், யார் நெருக்கமான நண்பர்களாக இருந்தார்களோ, அவர்களோடு நானும் நன்கு பழகினேன். விஜயகாந்த்தின் ஜோதிடர் பாலசுப்பிரமணியன் எனக்கு நன்கு பரிச்சயமானார்.)

“இந்தப் படத்தை எங்கள் ஊர் பகுதியில் எடுக்கலாம். நல்ல, நல்ல இடங்கள் எல்லாம் இருக்கிறது” எனச் சொன்னார் மணி. அதன்படியே, நாகர்கோவில் பகுதியில் ஒரு இடத்தில் படப்பிடிப்பை நடத்தினோம். அங்கே நடுவில் ஆறு, இரண்டு

பக்கமும் இரண்டு ஊர்கள். ஒரு ஊரில் முழுக்க, முழுக்க நாடார் மக்களும், இன்னொரு ஊரில் முழுக்க முழுக்க கிறிஸ்தவர்களும் வசிக்கிறார்கள். நாங்கள் நாடார் மக்கள் வசிக்கும் ஊரின் அருகில் படப்பிடிப்பு நடத்தினோம்.

சவப்பெட்டி செய்யும் இளைஞராக, கிறிஸ்தவராக விஜயகாந்த் நடிப்பது தெரிந்ததும்... ஆற்றுக்கு அந்தப்பக்கம் கிறிஸ்தவர்கள் வசிக்கும் ஊர் மக்கள் எல்லாம் ஆவேசமாகத் திரண்டு வந்தார்கள்.

"கிறிஸ்தவக் கதையை இந்த ஊரில் எப்படி நீங்க எடுக்கலாம்? எங்க ஊரில்தானே எடுக்கணும்? கிறிஸ்தவர்களைப் பத்தி என்ன மாதிரி கதை எடுக்குற?" என தகராறில் இறங்கிவிட்டார்கள்.

அடுத்த சிறிதுநேரத்தில் நாங்கள் படப்பிடிப்பு நடத்திக்கொண்டிருந்த ஊரைச் சேர்ந்த நாடார் இன மக்கள் ஆவேசத்தோடு திரண்டு வந்துவிட்டார்கள்.

"கிறிஸ்தவக் கதையை எப்படி எங்க ஊரில் வந்து நீங்க படமாக்கலாம்?" என இவர்களும் தகராறு செய்ய...

அது இரண்டு ஊர் தகராறாக மாறி... மிகவும் பதட்டமான சூழ்நிலையை உண்டாக்கிவிட்டது.

நிலமை விபரீதமாவதை அறிந்த விஜயகாந்த், ஒட்டுமொத்த யூனிட்டையும் கார் மற்றும் வேன்களில் அவர்கள் தங்கியிருந்த ஹோட்டல்களுக்கு அனுப்பிவிட்டு, இரண்டு ஊர் மக்களையும் தனி ஆளாக எதிர்கொண்டார்.

கலைஞரின் ஊர்ப்பாசம்!

நான் ஒருங்கிணைந்த தஞ்சாவூர் மாவட்டத்துக்காரன். அந்த வகையில் என் மீது கலைஞருக்கு கூடுதல் பாசம். என்னை எங்கே பார்த்தாலும் 'மனோபாலா எனது ஊர்க் காரத் தம்பி' என எல்லோரிடமும் அறிமுகப்படுத்துவார்.

'தென்றல் சுடும்' படத் துவக்க விழா ஏவி.எம். ஸ்டுடியோவில் பிரமாண்டமாக நடந்தபோது... எல்லோர் முன்பாகவும் 'தம்பி எங்க ஊரு' எனச் சொல்லி என்னை பெருமைப்படுத்தினார்.

ரஜினியை வைத்து 'ஊர்க்காவலன்' படம் இயக்கியதன் மூலம் ரஜினி எனக்கு நண்பரானார் என்றாலும் 'சந்திரமுகி' படத்தின் வெற்றிவிழாவின்போது தலைமையேற்ற கலைஞர், ரஜினியிடம் 'மனோாபலா எங்க ஊர்க்காரர்' என அறிமுகப்படுத்தி மகிழ்ந்தார். நான் அ.தி.மு.க.வில் இணைந்து புரட்சித்தலைவி அம்மா அவர்களுக்காக தேர்தல் பிரச்சாரம் செய்துவந்த நிலையிலும், என்னை 'என் ஊர்க்காரர்' என்று அறிமுகப்படுத்தி சிறப்பித்தார் கலைஞர்.

கலைஞரின் குடும்பம் மிகப்பெரியது. ஆனால் அந்தக் குடும்பத்தில் அண்ணம்-தம்பி மன வேறுபாடாக இருந் தாலும், எந்த மனமாச்சரியமாக இருந்தாலும் அதைப்பேசித் தீர்த்து அரவணைத்துச் செல்வார் கலைஞரின் மகள் செல்வி அக்கா.

பிரச்சினை வந்தால் நடுக்கூடத்தில் எல்லோரையும் வைத்துப் பேசி... சுமுக முடிவு காணக்கூடியவர் முதல்வர் மு.க.ஸ்டாலினின் மனைவி துர்கா ஸ்டாலின்.

ஒரு ரூவாய்க்கு... மூணு ரூவா!

விஜயகாந்த், ரூபினி, திலகன் உள்ளிட்ட நிறைய நட்சத்திரங்கள் நடிப்பில் 'மூன்றெழுத்தில் என் மூச்சிருக்கும்' படத்தின் படப்பிடிப்பு நாகர்கோவில் பகுதியில் ஒரு ஆற்றோரக் கிராமத்தில் நடந்தது. விஜயகாந்த் சவப்பெட்டி செய்யும் ராபர்ட் என்கிற கிறிஸ்தவ இளைஞராக நடித்தார்.

கதையைப் பற்றி அறிந்த ஆற்றின் அக்கரையில் உள்ள கிறிஸ்தவ கிராம மக்கள் திரண்டு வந்து 'எப்படி எங்க கிறிஸ்தவ கதையை இந்த ஊர்ல எடுக்கலாம்?' என தகராறு செய்ய... 'கிறிஸ்தவ கதையை எங்க ஊர்ல எப்படி எடுக்கலாம்?' என இந்த ஊர் இந்து நாடார்கள் அரிவாள்களுடன் வந்து தகராறு செய்ய... ஒட்டுமொத்த யூனிட்டையும் பாதுகாப்பாக அனுப்பி வைத்துவிட்டு, விஜயகாந்த் மட்டும் அந்த இரண்டு கிராம மக்களையும் எதிர்கொண்டார்.

அரிவாளோடும், ஆவேசத்தோடும் வந்த இரு கிராம மக்களும் கலவரத்துக்கு தயாராக... விஜயகாந்த் கூட்டத்திற்குள் புகுந்தார். உடனே அரிவாளுடன் பாயத் தயாரானவர்கள் பம்ம ஆரம்பித்தார்கள். சீறிய மக்களெல்லாம் பெட்டிப் பாம்பாய் அடங்கினார்கள். அந்த அளவுக்கு மனத் துணிவுடன்

பிரச்சினையை எதிர்கொண்டார் விஜயகாந்த். அதுமட்டுமின்றி அந்தளவுக்கு விஜயகாந்த் மீது மரியாதையும், அவருக்கு செல்வாக்கும் இருந்தது. விஜயகாந்த் சினிமாவில் மட்டுமல்ல, நிஜத்திலும் ஹீரோ.

இதற்கிடையே இரு கிராமங்களுக்கிடையே தகராறு ஏற்பட்டிருப்பதாக போலீசுக்கு தகவல் கிடைக்க, அவர்கள் வந்துவிட்டார்கள்.

"இது ரொம்ப சென்ஸிடிவ்வான ஏரியா. அதனால அடிக்கடி இந்தப் பகுதியில் 144 தடையுத்தரவு போடுவோம். இப்பதான் பிரச்சினை இல்லாம இருந்தது. மறுபடி ஷூட்டிங் நடத்துறோம்னு பிரச்சினையை உண்டாக்கிட்டீங்க'' என இன்ஸ்பெக்டர் சொன்னார்.

விஜயகாந்த அவரை சமாதானப்படுத்தி, "அதெல்லாம் மக்கள் சமாதானமா போயிடுவாங்க. பிரச்சினை இருக்காது. நாங்க ஷூட்டிங்கை வேற பக்கம் நடத்திக்கிறோம்'' எனச் சொன்னார்.

இரு கிராம மக்களிடமும், "தயவுசெய்து எனக்காக நீங்க பிரச்சினை செய்யாம இருக்கணும்'' என கேட்டுக்கொண்டார். மக்களும் பிரச்சினை செய்யாமல் கலைந்து சென்றார்கள்.

போடப்பட்டிருந்த செட்டை பிரித்துக்கொண்டு, கிளம்பினோம்.

முட்டம்!

இது எனக்கு மிகவும் பரிட்சயமான கடலோரக் கிராமம். எங்க டைரக்டர் பாரதிராஜாவுக்கு பிடித்த லொகேஷன். அவரிடம் பணியாற்றியபோது அங்கே அடிக்கடி படப்பிடிப்பிற்கு சென்றிருக்கிறேன். இதுபற்றி ஏற்கனவே சொல்லியிருக்கேன்..

முட்டம் பகுதியில் படப்பிடிப்பு நடத்துவது அவ்வளவு சுலபமல்ல. ஆனால் பாரதிராஜா மட்டுமே அங்கே படப்பிடிப்பு நடத்த முடியும். அந்த மக்களுக்கு பாரதிராஜா மீது அப்படி ஒரு பிரியம்.

பாரதிராஜாவுக்குப் பிறகு, முட்டத்தில் படம் எடுத்தது நான்தான். இதற்குக் காரணம்... விஜயகாந்த்தும், விஜயகாந்த் ரசிகர் மன்றத் தலைவரும், விஜயகாந்த்தின் நண்பருமான மணியும் தான்.

தென்மாவட்டங்களில் விஜயகாந்த்திற்கு எவ்வளவு செல்வாக்கு இருந்தது என்பதை நான் அப்போதே உணர்ந்துகொண்டேன்.

மலையாள நடிகர் திலகன் பற்றி நான் சில விஷயங்களை

இங்கே சொல்லியாக வேண்டும்.

ஏற்றுக்கொண்ட கேரக்டராகவே மாறிப்போகும் தன்மைகொண்டவர் திலகன். அவருக்கு 'மூன்றெழுத்தில் மூச்சிருக்கும்' படத்தில் நம்பூதிரி கேரக்டர்.

கேரளாவில் நம்பூதிரிகள் உள்ளாடையாக கோவணம்தான் அணிவார்கள். அதனால் கோவணம் கட்டி, மெல்லிய மேல்வேஷ்டி அணிந்து நடித்தார் திலகன். இதற்கான காஸ்ட்யூம்களை திலகனே கேரளாவிலிருந்து வாங்கி

'என் புருஷன்தான் எனக்கு மட்டும்தான்' விஜயகாந்த்-ரேகா

வந்துவிட்டார். இப்படி ஒரு நடிகர் தமிழ் சினிமாவில் இல்லையே என்கிற ஏக்கம் எனக்கு உண்டானது. தனது நாடக கால வாழ்க்கையிலிருந்து, சினிமாவரை பல்வேறு அனுபவங்களை என்னிடம் சொன்னார் திலகன்.

மனதைத் தொடும் ஒரு அருமையான ஃப்ளாஷ்பேக் போர்ஷனில் அன்றைய பிரபல கதாநாயகி ரூபினி நடித்தார்.

படத்தின் டபுள் பாஸிடிவ் ரெடி.

கதையில் ஒரு காதல் ஜோடியும் உண்டு. அந்த ஃபோர்ஷனும் முக்கியமாக இடம் பெற்றிருந்தது.

படம் பார்த்த இப்ராஹிம் ராவுத்தருக்கு சுத்தமாகப் பிடிக்கவில்லை என்பது அவரின் முகத்திலேயே தெரிந்தது.

அந்த அதிருப்தியை என்னிடம் வெளிப்படுத்தினார்.

''சார் நான் விஜயகாந்த் சாருக்கு 'சிறைப்பறவை', 'என்புருஷன்தான் எனக்கு மட்டும்தான்' என ரெண்டு படங்கள் ஹிட் கொடுத்தேன். அவருக்கு என்ன கதை சரியா இருக்கும்னு எனக்குத் தெரியாதா? ஆனா மம்முட்டிக்கு ரெடி பண்ணின கதையை நீங்க விஜயகாந்த்துக்கு மாத்தச் சொன்னீங்க. அது சரி வராதுனு சொல்லியும் கேட்கல. இப்ப அதிருப்தி படுறீங்க. பரவால்ல சார்... இந்தப் படம் பெரிய அளவில் வியாபாரம் ஆகியிருக்கு. அதுக்கேற்ப பங்கம் வராம, படத்தை விஜயகாந்த் சார் படமா எப்படி தேத்தணுமோ அப்படி தேத்திடலாம் சார்'' என ராவுத்தரிடம் சொன்னேன்.

இந்தச் சமயம்தான் ஆர்.கே.செல்வமணி இயக்கத்தில் 'புலன் விசாரணை' படம் முடிச்சு, 'கேப்டன் பிரபாகரன்' பட வேலைகள் நடக்குது. இதுக்கு நடுவுலதான் எங்க பட குழப்பம் நடக்குது.

அப்பதான் ராவுத்தர் ஒரு முடிவெடுத்தார்....

'இனிமே நம்ம கம்பெனி வருஷத்துக்கு அஞ்சு படம் எடுக்கும். இதில் ஒரு படம் விஜி நடிக்கட்டும். பாக்கி நாலு படங்கள்ல வேற ஹீரோக்கள் நடிக்கட்டும்' என்பதுதான் அந்த முடிவு.

அதைத் தொடர்ந்துதான் பார்த்திபன் -டைரக்டர் ஆர்.சுந்தர்ராஜன் காம்பினேஷன்... இப்படி மாறுபட்ட காம்பினேஷன்கள்ல படங்கள் தயாரிச்சார் ராவுத்தர்.

இப்பவெல்லாம்... ரஜினிக்கு ஒரு கதையை எழுதிட்டு, அந்தக் கதையை யாரோ ஒரு ஹீரோவுக்கு அல்லது கிடைக்கிற ஹீரோவுக்கு படம் பண்ற கலாச்சாரம் இருக்கு. ஆனா... இதுல

எனக்கு உடன்பாடு இல்லை. எந்த ஹீரோவ நினைச்சு கதை எழுதினோமோ, அந்த ஹீரோவோட கால்ஷீட் கிடைக்கிற வரை வெய்ட் பண்ணனும். இல்லேனா அந்தக் கதையை படமாக்குவதை தற்காலிகமா நிறுத்தி வைக்கணும்.

மம்முட்டிக்காக உருவாக்கின கதையை, கூடவே ஒரு லவ் ஃபோர்ஷன் இருக்கிற கதையை விஜயகாந்த்துக்காக மாத்தினதால் எம்புட்டு அவஸ்தை.

'15 நாட்கள் விஜயகாந்த் கால்ஷீட் இருந்தா போதும்' என்று தொடங்கி, கடைசியில் ஒரு லவ் ஸ்டோரி, விஜயகாந்த்தின் படமாக உருமாறிப் போனது.

இதனால் படத்தின் எடிட்டிங் வேலைகள் நடந்தபோது நான் ராவுத்தரின் ஆபீஸ் பக்கம் போகவில்லை. எடிட்டிங் ரூமில் வேலை முடிந்ததும், நேராக வீட்டிற்கு வந்துவிடுவேன். எனக்கு இந்தப் படம் மூலம் நிறைய மனக்கசப்பு... என்றாலும் 'மூன்றேழுத்தில் என் மூச்சிருக்கும்' படம் மூலம் எனக்குக் கிடைத்த ஒரு நல்ல நண்பர்... அந்தப் அப்டத்திற்கு வசனம் எழுதிய லியாகத் அலிகான்.

படம் முடிந்து வெளியானது.

நான் உண்மையைச் சொல்வதானால்... 'மூன்றெழுத்தில் என் மூச்சிருக்கும்' படம் சுமாரான படம்தான். ஆனால் அதன் வெற்றி என்பது மிகப்பெரியது. ஒரு ரூபாய் முதலீட்டுக்கு மூன்று ரூபாயாக வசூலைத் தந்தது அந்தப் படம்.

'எங்க கம்பெனில குறைந்த செலவில் எடுத்து, அதிக வசூலைப் பார்த்த படம் மூன்றேழுத்தில் என் மூச்சிருக்கும் படம்தான். மனோபாலா சார் படத்தால கிடைச்ச அபரிதமான லாபத்தை வச்சுத்தான் விஜயகாந்த்துக்கு நிறைய சொத்துக்கள் வாங்கினேன்' என தன் கடைசிக்காலம் வரை சொல்லிக்கொண்டிருந்தார் ராவுத்தர்.

என் நண்பனை வைத்தே என்னை இன்சல்ட் பண்ணிய சம்பவம்....

என்னை நீக்கியது எவரோ?

அதுக்குப் பேரு சந்தர்ப்பமோ... சூழ்நிலையோ... விதியோ... எதுவா வேணா இருக்கட்டும்.

ஆனா...

நஷ்டம் தந்த படத்தைக் கொடுத்ததால என்னை கஷ்டப்படுத்துச்சுன்னா... லாபமான படத்தைக் கொடுத்தப்பவும் லாடம் கட்டுதுன்னா... நான் என்னதான் பண்றது?!

'அம்மா கிரியேஷன்ஸ்' டி.சிவா மாதிரி ஒரு நல்ல மனுஷன பார்க்க முடியாது. நல்ல கதை ரசனை உள்ளவர். ஒரு நல்ல படம் பார்த்தாலோ, நல்ல கதை கேட்டாலோ என்னிடம் பகிர்ந்துக்குவார். நானும் அதுபோல அவரிடம் பகிர்ந்துக்குவேன்.

சிவாவோட சொந்த ஊர் கோபிச்செட்டிபாளையம். சிவாவோட அண்ணன் ஊர்ல ஸ்டில் போட்டோகிராபர். போட்டோ ஸ்டுடியோ வச்சிருந்தாங்க. சிவாவும் நல்ல ஸ்டில் போட்டோகிராபர் தான்.

சிவாவுக்கு சினிமாத்துறையில் ஈடுபட விருப்பம். கொஞ்சம் கொஞ்சமா சினிமாவைப் பத்தி தெரிஞ்சுக்கிட்டு வந்தார். விஜயகாந்த் ஆபீசில் வாய்ப்பு கிடைக்கவும், அதை ரொம்பக் கெட்டியா பிடிச்சுக்கிட்டார்.

ஒரு விழாவில் நான், நாசர், டி.சிவா

ஒரு கட்டத்தில் சிவா இல்லாம இப்ராஹிம் ராவுத்தர் எதுவுமே பண்ணமாட்டார்ங்கிற அளவுக்கு சிவா அங்க செல்வாக்கானார். என்னோட நண்பன் சௌந்தரும் விஜயகாந்த் ஆபீஸ்ல தான் இருந்தான். இவங்க ரெண்டு பேரும்தான் விஜயகாந்த்துக்கும், ராவுத்தருக்கும் படம், கம்பெனி, பிசினஸ் பத்தி ஆலோசனை சொல்றதுங்கிற அளவுல இருந்தாங்க.

விஜயகாந்த்துக்கு இன்னிக்கு இவ்வளவு சொத்துக்கள் இருக்குதுன்னா... அதுக்கு முக்கிய காரணம் இப்ராஹிம் ராவுத்தர்தான். கொஞ்ச பணமா இருந்தாலும், அதை விஜயகாந்த் பேரில் சொத்தில் முதலீடு செய்வார் ராவுத்தர். நிலங்கள், பெட்ரோல் பங்க்கள்னு வாங்கிப் போட்டு.... விஜயகாந்த்தை பெரிய பணக்காரரா ஆக்குவதையே லட்சியமா வச்சிருந்தார் ராவுத்தர். ஆனா தனக்காக எதையும் செஞ்சுக்கமாட்டார். அவருக்கு விஜயகாந்த்தான் முக்கியம். சினிமாவில் விஜயகாந்த்

என்னைக்கும் நீடிச்சு இருக்கணும்னு உழைச்சார் ராவுத்தர்.

ராவுத்தரோட மிகப்பெரிய மைனஸ் என்னன்னா... ஜோஸியம். அதிலயும் நியுமராலஜியில அதீத நம்பிக்கை. கூட்டுத்தொகை இந்த நம்பர்ல வரணும்... குறிப்பா கூட்டுத்தொகை ஐந்தாம் நம்பரா இருந்தாத்தான் படம் ஓடும் என்றெல்லாம் தீவிரமா நம்பினார். படம் பண்ண வாய்ப்புக் கேட்டு வர்ற டைரக்டர்களோட ஜாதகத்தை ஜோஸியர்கிட்ட குடுத்து, ஜோஸியர் கருத்தைக் கேட்டுத்தான் வாய்ப்பு தர்றதும், தராததும்.

இப்படியெல்லாம் பார்த்து எடுத்தாலும் சில படங்கள் ஓடலை. ஆக கதை நல்லா இருந்தாத்தானே படம் ஓடும்.

நான் எட்டாம் நம்பர் ராசிக்காரன். ஆனால் இது ராவுத்தருக்கு தெரியாது. எஸ்டாபிளிஷ்டு டைரக்டர் என்பதால் தங்களோட சொந்தப் படமான 'மூன்றெழுத்தில் என் மூச்சிருக்கும்' படத்தை இயக்கும் பொறுப்பைத் தந்தார் ராவுத்தர்.

இந்தப் படம் ஒரு ரூபாய்க்கு மூன்று ரூபாய் வசூலித்துக் கொடுத்தும்கூட... லாபமான படத்தை நான் தந்தும்கூட போராட்டமே வாழ்க்கை என்கிற என் விதி மாறவில்லை.

சிவாவுக்கு, பிரபல தயாரிப்பாளர் ஜீ.வி.யுடன் ஏற்பட்ட அறிமுகத்தால் ஒரு நல்ல வாய்ப்பு அமைந்தது. அதை வைத்து ராவுத்தருடன் இணைந்தே இரண்டு படங்களைத் தயாரித்தார்.

பிறகு 'அம்மா கிரியேஷன்ஸ்' என்கிற நிறுவனத்தைத் தொடங்கி, கார்த்திக்-ரேவதி நடிப்பில் இளையராஜா இசையில் பெரிய அளவில் ஒரு படத்தை தயாரிக்க திட்டமிட்டார்.

'மூன்றெழுத்தில் என் மூச்சிருக்கும்' பட வேலைகளை நான் முடிக்கப் போகிற சமயத்தில் தான் கார்த்தி-ரேவதி படத்தை சிவா தயாரிக்கும் வேலைகள் தொடங்கியது.

என் நண்பனும், ரூம் மேட்டுமான எம்.எஸ்.மதுதான் கதை.

ராவுத்தர் ஆபீஸில் நானும் சிவாவும், ராவுத்தருடன் படம் பற்றி பேசிக்கொண்டிருந்தோம்.

'டைரக்டர் வெளிய நிக்கிறாரு கூப்பிடு' என ராவுத்தர் சொல்ல... 'நாமதான டைரக்டர். பின்ன யாரைக் கூப்பிடச் சொல்றார்? ஒரு வேளை... ஒரே நேரத்துல இன்னொரு படமும் தொடங்குறாங்களா?' என நான் குழப்பமாகப் பார்க்க.... கதாசிரியர் எம்.எஸ்.மது உள்ளே வந்தார்.

கார்த்திக்-ரேவதி நடிக்கும் 'தெய்வ வாக்கு' படத்தை அதன் கதாசிரியர் எம்.எஸ்.மதுவே திரைக்கதை-வசனம் எழுதி, இயக்க

முடிவு செய்திருக்கிறார்கள்.

விஷயத்தை அறிந்தபின் நான் அங்கே இருப்பது மரியாதை இல்லையே. நடையைக் கட்டினேன் கதாசிரியர் கலைமணி ஆபீஸுக்கு.

'சிவா நல்ல நண்பராச்சே... சிவாவோட விருப்பத்தின் பேர்லதான் எம்.எஸ்.மது டைரக்டர் ஆனாரா? இல்ல... ராவுத்தர் சொன்னாரா? எம்.எஸ்.மதுவும், நடிகர் கார்த்திக்கும் ரொம்ப நெருக்கமான நண்பர்கள். அதனால் கார்த்திக் சொன்னதுனால மதுவை டைரக்டராக்கினாங்களா? ரேவதிக்கும் மது நல்ல பழக்கம். அதனால் ரேவதி சொன்னதால் மதுவை டைரக்டர் ஆக்கினாங்களா?' இப்படி என்னை கேள்விகள் குடைந்தாலும் கூட, 'நம்ம நண்பன் மது டைரக்டர் ஆகிறானே' என மனதார மகிழ்ந்தேன்.

(சிவா எனக்கு இந்த நிமிஷம்வரை நண்பனாகத்தான் இருக்கிறார். ஆனால் ஒருபோதும் அவரிடம், 'ஏன் என்னை விட்டுட்டு, மதுவை டைரக்டர் ஆக்கினீங்க? காரணம் மட்டும் தெரிஞ்சுக்கிறலாமா?' என நான் கேட்டதே இல்லை... இனியும் கேட்க மாட்டேன். ஆனால் நாங்கள் என்றும் நல்ல நண்பர்களாகவே இருப்போம்.)

'**தெ**ய்வ வாக்கு' படத்தில் எம்.எஸ்.மதுவை டைரக்டராக்கியது தவறில்லை. ஆனால் அதற்கு முன் சில விஷயங்களை சிவா கவனித்திருக்க வேண்டும். அதை கவனிக்காதது சிவாவின் தவறு.

அப்போது மதுவுக்கு மதுப்பழக்கம் அதிகமாக இருந்தது. பகல்லயும் மது அருந்துவார், இரவிலும் அருந்துவார். இறந்துபோனவங்களைப் பத்தி குறை சொல்லி பேசக்கூடாது என்பது மரபு. இருந்தாலும் சில உண்மை நிலவரங்களைச் சொல்லணும்கிறதுக்காகச் சொல்றேன்...

நல்லா கதை எழுதுறதோ... நல்லா திறமையோட இருக்கிறதோ முக்கியமில்லை. நம்மளோட நல்ல பிஹேவியர்தான் இண்டஸ்ட்ரியில நம்மளை லாங் ஸ்டாண்டிங்கா இருக்க வைக்கும்.

மதுவால் வேகமாக படத்தை முடிக்க முடியாம, கேப் விட்டு, கேப் விட்டு ஷூட்டிங் பண்ணி லேட்டாதான் 'தெய்வ வாக்கு' படம் வெளியாச்சு.

டைரக்டர் ஒரு புறம், ஹீரோ ஒரு புறம்னு மாத்தி மாத்தி

தாமதப்படுத்துனதால... முதன்முதலா முழுக்க சொந்தமா தயாரிச்ச இந்தப் படம் மூலம் ரொம்ப பதமான ஆளா ஆகிட்டார் சிவா.

சிவா, சிவாவோட அம்மா, அண்ணன், அவங்களோட கோபிச்செட்டிப்பாளையம் வீடு... இதெல்லாம் சினிமா பிரபலங்களுக்கு, குறிப்பா விஜயகாந்த் சர்க்கிள்ல சம்பந்தப்பட்ட எல்லாருக்கும் இன்னொரு தாய்வீடு மாதிரிதான்.

சிவாவோட திருமணத்துக்கு விஜயகாந்த், இளையராஜா உட்பட இண்டஸ்ட்ரியே திரண்டு போனது கோபிக்கு.

சிவாவோட குட் அப்ரோச்தான் அவரை பெரிய தயாரிப்பாளராக்கியது. கிட்டத்தட்ட ஐம்பது படங்கள்கிட்ட அவரோட 'அம்மா கிரியேஷன்ஸ்' நிறுவனம் தயாரிச்சிருக்கு.

ராவுத்தர் ஆபீஸ்லிருந்து மனக்கஷ்டத்துடன் கிளம்பினாலும், ராவுத்தர் மூலம் எனக்கு கிடைத்த ஒரு நல்ல நண்பன் லியாகத் அலிகான்.

வசனம் எப்படி எழுதுறது என்பதை கலைமணி சார்கிட்ட கத்துக்கிட்டேன். வசனத்தாலேயே ஒரு படத்தை எப்படி தூக்கி நிறுத்துறதுங்கிறது என்பதை லியாகத் அலிகான் கிட்ட தெரிஞ்சுக்கிட்டேன்.

விஜயகாந்த்தோட ஒவ்வொரு அசைவையும் கவனிச்சு, அதுக்கு தகுந்த மாதிரி வசனம் எழுதுவார்.

உதாரணத்துக்குச் சொல்லணும்னா... 'கேப்டன் பிரபாகரன்' படம் க்ளைமாஸ் முடிஞ்ச பின்னாடியும், சுமார் 800 அடிக்கு விஜயகாந்த் பேசுற வசனம் பிரமாதமா இருக்கும். லியாகத் அலிகானோட பேனாவுக்கு இருக்க காரம், மணம் வேற யார்கிட்டவும் கிடையாது. இதை மறைக்காம சொல்லியே ஆகணும்.

-இப்படி பலவித நினைவுகளோட கலைமணி சார் ஆபீஸுக்குப் போனேன்.

மாறினேன்... மாற்றப்பட்டேன்....

வசனம்-விசனம்!

வசனம் எழுதுவது பெரிய கலை அப்படின்னா... அதைவிட பெரிய கலை.... எழுதிய வசனத்தைச் சொல்லித் தர்றது. செத்தவன் கையில் வெத்தலை பாக்கு கொடுத்த மாதிரியே படிச்சுக் காட்டக் கூடாது. ஒரு கேரக்டருக்கு என்ன உணர்வோட வசனம் எழுதப்பட்டிருக்கோ.... அதே உணர்வோட, அந்த கேரக்டரில் நடிக்கும் நடிகர்-நடிகைக்கு வசனத்தைச் சொல்லித் தரணும். அப்போதுதான் எழுதிய வசனம் முழுமை பெறும்.

அந்தக் காலத்துல வசனகர்த்தாக்களெல்லாம் பெரும்பாலும், அந்த கேரக்டராவே நடிச்சுப் பார்த்து, வசனத்தை எழுதுவாங்க.

வசனம், அது சார்ந்த சூட்சுமங்களை நான் நிறைய கத்துக்கிட்டது வசனகர்த்தா ஆரூர்தாஸ் அவர்களிடம்தான்.

ஒரே நேரத்துல எம்.ஜி.ஆர். படம், சிவாஜி படம்னு வசனம் எழுதினவர் ஆரூர்தாஸ். சிவாஜியோட 'பா' வரிசை படங்களுக்கு அவர்தான் எழுதினார். 'பாசமலர்'ல சிவாஜிக்கும், சாவித்திரிக்கும் உருக உருக எழுதினார்.

"வசனத்தோட ஏற்ற இறக்கங்களை நடிகர்களுக்கு படிச்சுக் காட்டுவீங்களா?"னு ஆரூர்தாஸ்கிட்ட கேட்டேன்.

"வசனங்களை என்ன உணர்வோட எழுதுனியோ... அந்த ஏற்ற

இறக்கங்களோட படிச்சுக் காட்டுனு சிவாஜி சொல்வார். அப்படி படிச்சுக்காட்டும்போது அதை உள்வாங்கி தன்னோட ஸ்டைலில் வெளிப்படுத்துவார்" என்றார்.

நானும் கேள்விப்பட்டிருக்கிறேன்... ஆரூர்தாஸ், 'வியட்நாம் வீடு' சுந்தரம், பாலமுருகன்... இப்படி எந்த கதாசிரியர் வசனம் எழுதினாலும், வசன பேப்பர்களை வாங்கிப் படிக்கிற பழக்கம் சிவாஜி சாருக்கு கிடையாது. வசனகர்த்தாவை அழைத்து, வசனத்தைச் சொல்லச் சொல்லி, அதை மனதில் பதிய வைத்துக்கொள்வார். பிளாட்டிங் பேப்பர் மாதிரி, எழுதப்பட்ட வசனம் சிவாஜி சார் மண்டையில ஒட்டிக்கும்.

ஏ.லட்சுமிநாராயணன் என்கிற ஏ.எல்.நாராயணன் வசனம் எழுதியதும், நாகேஷுக்கு எழுதின வசனமா இருந்தா... நாகேஷ் போலவும், மனோரமாவுக்கு எழுதின வசனமா இருந்தா... மனோரமா போலவும் நடிச்சுக் காண்பிப்பார்.

சின்னக் குழந்தைங்க மாதிரி கலர் கலரா பேனாக்கள் வச்சிருப்பார்.

இப்ப ஒரு ஸீன்ல நாலு பேர் நடிக்கிறாங்கன்னா, நாலுவிதமா கலர் யூஸ் பண்ணுவார். அது, 'முழு டயலாக் பேப்பரையும் வாங்கிப் பார்க்கிற ஆர்டிஸ்ட்டுகளுக்கு தங்களோட டயலாக் பகுதியை புரிஞ்சுக்க ஈஸியா இருக்கும்'னு காரணம் சொல்லுவார்.

'ஆயிரத்தில் ஒருவன்' படத்துல ட்ராக் எழுத ஆரம்பிச்சு கே.பாலாஜி தயாரிச்சு, சிவாஜி நடிச்ச எல்லா சூப்பர்ஹிட் படங்களுக்கும் ஏ.எல்.நாராயணன்தான் வசனம் எழுதினார்.

காமெடி ட்ராக் வசனம் எழுதுறதுல கில்லாடி ஏ.வீரப்பன்தான். கவுண்டமணிக்கும் -செந்திலுக்கும் ஏ.வீரப்பன் இல்லாம கையும் ஓடாது, காலும் ஓடாது.

இவங்க ரெண்டு பேரையும் வச்சு வீரப்பன் பத்து காமெடி ஸீன் எழுதுவார். அதை முழுப் படத்துல அங்கங்க சொருகிடுவாங்க. இவ்வளவு திறமையான வீரப்பன், காமெடி டிராக் எழுதுறதுக்கு முன்பே நடிகராக இருந்தார். பல பெரிய படங்களில் நடிச்சும், ஏன் அவரால நடிப்புல பெரிய அளவுல வர முடியலைங்கிற கேள்வி எனக்குள்ள இருந்துக்கிட்டே இருக்கு.

கே.எஸ்.கோபாலகிருஷ்ணன் சாரோட வசனம் என்பது திரைக்கதையோடவே கலந்துவரும்... அப்படித்தான் எழுதுவார்.

டைரக்டர் ஸ்ரீதர் சாரோட வசன நடை கவிதையா இருக்கும்.

'பராசக்தி'
சிவாஜிகணேசன்

கண்ணதாசனோட வசனம் அது ஒரு அழகு.

'ராஜா ராணி' கதைகள் கொண்டதுதான் சினிமா என்கிற பெரும்பான்மையான நேரத்தில் சமுதாயப் புரட்சியாக அமைந்தது கலைஞரின் 'பராசக்தி' வசனங்கள்.

எம்.ஜி.ஆர். -சிவாஜி ரெண்டு பேருக்குமே பொறி பறக்கிற வசனங்களை எழுதினார் கலைஞர்.

பின்னாளில் எஸ்.ஏ.சந்திரசேகரனின் 'நீதிக்குத் தண்டனை' உட்பட சில படங்களுக்கு கலைஞர் எழுதின வசனம் பிரபலமாக பேசப்பட்டது. எனது 'தென்றல் சுடும்' படத்திற்கு கலைஞர் வசனம் எழுதியிருந்தார்.

கே.ஆர்.விஜயாவுக்கு வசனம் எழுதுறதுக்காகவே பிறந்தவர் போல, கே.ஆர்.விஜயா படங்களுக்கு ஒரு கட்டத்தில் வசனம் எழுதியவர் மதுரை திருமாறன். 'திருடி', 'வாயாடி' போன்ற படங்கள் மூலம் ஹீரோக்களுக்கு இணையாக ஹீரோயின் கே.ஆர்.விஜயா படங்கள் அமைய காரணமாக இருந்தார்.

கலைமணி சாரின் வசனங்களுக்காகவே படம் ஓடியிருக்கு.

வித்தியாசமான முறையில் வசனம் எழுதினவங்களும் உண்டு.

சினிமாங்கிறது விஷுவல் மீடியம் என்பதற்கேற்ப... வசனங்களை வசனமாக பேச வைக்காமல், காட்சிகள் மூலமே பார்வையாளனுக்கு 'இதுதான் பேசியிருப்பார்கள்' என புரிய வைத்த 'உதிரிப் பூக்கள்' மகேந்திரன், பாரதிராஜா இவங்களோட ஸ்டைல் தனி. அதிலும் சிவாஜி சாரோட 'தங்கப் பதக்கம்' படத்துக்கு வசனம் எழுதிய மகேந்திரன், தன்னுடைய படங்களில் விஷுவலாக வசனம் சொன்னது வியப்புதான்.

சுஜாதாவின் வசனங்களும் தனி பாணி கொண்டது.

இன்னைக்கி வசனங்கள்ல கார்த்திக் சுப்புராஜ், நலன் குமாரசாமி, என்னோட பிள்ளையாண்டான் ஹெச்.வினோத், ராஜுமுருகன்.... இவங்கள்லாம் தனித்து தெரியுறாங்க.

சில படங்களில் பேசப்படும் வசனங்கள், நம்மை விசனப்படுத்திவிடும். இதைத் தவிர்க்க ஒரு சிறந்த வழி... தென்னிந்திய திரைப்பட எழுத்தாளர்கள் சங்கம் நினைத்தால், திரைப்பட வசன முறையில் ஏற்பட்டு வரும் மாற்றங்களைப் பற்றி அவ்வப்போது சிறு, சிறு விவாதக் கூட்டங்கள், கருத்தரங்கங்கள் நடத்தலாம். இதனால் வருங்கால இயக்குநர்கள் பயனடைவார்கள். அதை எழுத்தாளர்கள் சங்கம் செய்ய வேண்டும்.

சாதாரணம்... ரணம்!

ஒரு படத்துக்கு உயிரூட்டுறதே வசனம்தான்.

உதாரணத்துக்கு 'கை கொடுத்த தெய்வம்' படத்துல க்ளைமாக்ஸில் கே.எஸ்.கோபாலகிருஷ்ணன் எழுதின வசனத்தை விட வேற உதாரணம் தேவையில்லை.

ஒரு அப்பாவிப் பொண்ணு. அவளை 'கெட்டுப்போனவ' என ஊர் உலகமே சொல்லும்போது...

கதையோட முடிவுல அதுக்கொரு தீர்வு சொல்லணும்.

க்ளைமாக்ஸ் ஸீன் எடுக்க யூனிட் தயாரா இருக்கு.

சிவாஜியப்பா, சாவித்திரியம்மா, எஸ்.எஸ்.ஆர்., ரெங்காராவ்... இப்படி பெரிய, பெரிய நடிப்பு ஜாம்பவான்கள் நடித்த படம் அது.

க்ளைமாக்ஸில் நடிக்க ஆர்ட்டிஸ்ட் எல்லாரும் தயாரா இருக்காங்க.

ஆனா டைரக்டர் கே.எஸ்.கோபாலகிருஷ்ணனுக்கு டயலாக வரமாட்டேங்குது. 'நச்'னு ஒரு டயலாக்குக்காக புலம்பித் தவிக்கிறாரு.

கே.எஸ்.கோபாலகிருஷ்ணன் எப்பவுமே வேட்டிய அவுத்துப் போடுவாரு, அன்டிராயரோட நிப்பாரு. சட்டய கழட்டிப்போடுவாரு... பனியனோட நிப்பாரு.

இப்படியெல்லாம் கூட தன்னை துன்புறுத்தி, காட்சிக்கும், வசனத்துக்கும் யோசிக்கக்கூடியவர்.

ஆனா... இப்ப சுத்தமா டயலாக் வரல!

சிவாஜியப்பா என்ன பண்ணினார்னா... சாவித்திரி, எஸ்.எஸ்.ஆர். உட்பட க்ளைமாக்ஸில் நடிக்கிற எல்லா ஆர்ட்டிஸ்டையும் கூப்பிட்டார்.

"நாம செட்டுக்குள் ஒரு ஓரமாய் போய் உட்காரலாம்" என அழைத்துக்கொண்டு போனார்.

எல்லாருக்கும் சேர் போடச் சொன்னார். எல்லோரும் உட்கார்ந்தார்கள்.

கே.எஸ்.கோபாலகிருஷ்ணன் கதாசிரியர், வசனகர்த்தா, தயாரிப்பாளர், இயக்குநர் என்பதைத் தாண்டி கவிஞராகவும் திகழ்ந்தார். சினிமாவுக்கும் பாடல்கள் எழுதியுள்ளார். கொஞ்சம் குள்ளமானவர் என்பதாலும், கவிஞர் என்பதாலும் 'குள்ளக் கவி' என்றுதான் கோபாலகிருஷ்ணனை சிவாஜியப்பா அழைப்பார்.

"குள்ளக்கவி திக்குறான்... திணறுறான்... இருக்கட்டும்... அப்படியே யோசிக்கட்டும். அவன் பார்வையிலேயே நாம இருந்தா அவனுக்கு ஒரு நெருக்கடியா இருக்கும். எப்படியும் இன்னும் பத்துப் பதினைஞ்சு நிமிஷத்துல டயலாக்கை கண்டுபிடிச்சிடுவான்.

அவன் டயலாக்கை கண்டுபுடிச்சிட்டான்னா... இந்தக் காட்சி சிறப்பா வரும். கதைக்கு முத்தாய்ப்பா இந்த வசனம் இருக்கும் வெய்ட் பண்ணுவோம்" என சிவாஜியப்பா சொல்ல...

அதன்படியே எல்லோரும் காத்திருந்தனர்.

ஆனால் சாயங்காலம் நாலுமணி வரைக்கும் கோபாலகிருஷ்ணனுக்கு டயலாக் வரல!

நாலு மணிக்கு மேல... குஷியோட காத்துல பறக்கிற மாதிரி ஓடி வர்றார்.

"இந்தப் படத்தை நான் காப்பாத்திட்டேன்... என்னை நான் காப்பாத்திக்கிட்டேன்..." எனச் சொன்னார்.

'கை கொடுத்த தெய்வம்' படத்தோட க்ளைமாக்ஸ் மிக அழுத்தமமாக அமைய... வசனம்தான் முக்கிய காரணம்.

வெகுளிப் பெண் சாவித்திரிக்கும், சிவாஜிக்கும் கல்யாண ஏற்பாடுகள் நடக்கும் நிலையில்... 'அவள் குடும்ப வாழ்க்கைக்கு ஏற்றவள் அல்ல' என சாவித்திரியின் அண்ணனே தன் நண்பரான சிவாஜிக்கு கடிதம் எழுதிவிடுவார்.

'திருவிளையாடல்' படத்தில்...

திருமணத்தை நிறுத்தச் சொல்லிவிடும் சிவாஜி... உண்மை அறிந்து, சாவித்திரியை மணமுடிக்க வரும்போது, சாவித்திரியின் அப்பா ரெங்காராவும், 'நீ கெட்ட பெண்' என ஒதுக்கியதால் தற்கொலை செய்துகொள்வார் சாவித்திரி.

''உலகம் உன்னை வெறுத்துச்சு. உனக்காக நான் அந்த உலகத்தையே வெறுத்திட்டு, உனக்கு வாழ்வு கொடுக்க வந்திருக்கும்போது... நீ என்னையும் வெறுத்திட்டுப் போறியே ஏம்மா...''

''களங்கம் இல்லாத பொண்ணுமேல இப்படி களங்கம் சுமத்துனா... அவளோட காலம் இப்படித்தான் முடியும்கிறத, இந்தப் பாழாப்போன உலகத்துக்கு எடுத்துக்காட்ட... அவ கடைசி யாத்திரைக்கு ஏற்பாடு செய்யுங்கய்யா...''

-இப்படியான வசனங்கள், இப்போது சாதாரணமாகத் தெரியலாம்...

ஆனால் அப்போது... அது பெண்மேல் அபாண்ட பழி சுமத்தியவர்களை ரணப்படுத்தியது.

படம் பார்த்தவர்களின் இதயங்களை ஈரப்படுத்தியது.

'**ச**வாலே சமாளி' படத்தில் தலைக்கனம் பிடித்த கதை நாயகியாக ஜெயலலிதா நடித்திருப்பார். ஏழை இளைஞனாக சிவாஜி.

கதைப்படி ஒரு நிர்பந்தத்தால் சிவாஜி-ஜெயலலிதாவுக்கு திருமணமாகும்.

முதலிரவின்போது... சிவாஜி தோளைத் தொட்டுப் பேச... அந்த இடத்தில்... "தொடாதீங்க... நீங்க ரோஷமுள்ள ஆம்பளையா இருந்தா, என் அனுமதியில்லாம என்னைத் தொடக்கூடாது" என ஜெயலலிதா சொல்வார்.

மல்லியம் ராஜகோபால் கதை-வசனம் எழுதி இயக்கிய படம் இது.

'தொடாதீங்க...' என்று வசனம் எழுதப்பட்ட காட்சிக்கு பாட்டாலேயே கண்ணதாசன் வசனம் எழுதி அற்புதம் சேர்த்தார்.

அந்த 'தொடாதே'வை பல்வேறு வடிவங்களில் 'நிலவைப் பார்த்து வானம் சொன்னது...' பாடலில் எழுதினார் கண்ணதாசன்.

ஏ.பி.நாகராஜன் மிகச்சிறந்த டைரக்டர் மட்டுமல்ல... மிகச்சிறந்த மொழிப்புலவரும் கூட.

சிவன்-தருமி, நக்கீரர் -சிவன்... விவாதங்களுக்கு இணை உண்டா?

நுட்பம்!

திருவிளையாடலில் சிவனுக்கும் நக்கீரருக்கும் விவாதம் நடக்கும் இடம் அரண்மனையின் தமிழ்ச் சங்க மண்டபம்.

இதில் நான்கு தூண்களில் மூன்று தூண்களில் புலவர்களின் படங்கள் வரையப்பட்டிருக்கும். நாலாவது தூண் வெறுமனே இருக்கும்.

நான் ஓவியக் கல்லூரியில் படித்த ஓவியனல்லவா... அதனால் 'திருவிளையாடல்' படம் பார்த்தபோது எனக்கு அது குழப்பமாக இருந்தது.

ஒருவேளை செட் ரெடியாவதற்குள் ஷூட்டிங் எடுக்கவேண்டிய சூழ்நிலையா? என கேள்வி எழுந்தது எனக்குள்.

நான் அந்தப் படத்தின் ஆர்ட் டைரக்டர் கங்காவிடம் கேட்டேன்.

"சங்கத்தமிழ் வளர்த்தவங்க நான்கு பேர்கள். அதில் மூணுபேர் இறந்துட்டாங்க. கதைப்படி இப்போ நக்கீரர் உயிரோடு இருக்கார். அதனால்தான் ஒரு தூணில் படம் வரையாமல் விட்டோம்" என்றார் கங்கா.

அப்பப்பா... இது எவ்வளவு பெரிய விஷயம்!

தேடித் தேடி கத்துக்கணும்... தெரிஞ்சுக்கணும்... அதுதான் எனக்குப் பிடிக்கும்!

யானையும், கொசுவும்!

ஒரு சமயம் பிரபலமான இலக்கியப் பேச்சாளர் பெண்மணி, ஒரு இலக்கிய மேடையில் பேசும்போது, 'பழம் இலக்கியங்கள்ல இருக்கிற முக்கியமான விஷயங்களை கவிஞர் கண்ணதாசன் காப்பியடிச்சு, காப்பியடிச்சு சினிமாவுக்கு பாட்டு எழுதுறார். அதனால ஒரிஜினல் இலக்கியம் படிக்கிறவங்களுக்கு ஆர்வம் இல்லாம போய்விடுகிறது. இலக்கியத்தை திருடி பாட்டெழுதுறது எதில் சேர்த்தி?' என ஆவேசமாகப் பேசினார்.

இப்படி அதிரடியாகப் பேசின அந்தப் பெண்மணிக்கு இலக்கிய ஆர்வலர்களிடமிருந்து பாராட்டு குவிந்தது.

வழக்கம்போல அவர் வீட்டு தொலைபேசி ஒலித்தது.

வழக்கம்போல யாரோ பாராட்டுறதுக்குப் போன் செய்வதாக நினைத்து எடுத்தார்.

எதிர் முனையில், "நான் கண்ணதாசன் பேசுறேம்மா" என்றதும் ஆடிப்போய்விட்டார் அந்தப் பெண்மணி.

"சொல்லுங்க... சொல்லுங்க" என பதறினார்.

"ஒண்ணுல்லம்மா... நீங்க பேசுனதைக் கேட்டேன். ரொம்ப நல்லா பேசியிருந்தீங்க. 'இலக்கியத்துலருந்து காப்பியடிச்சு கண்ணதாசன் பாட்டெழுதுறார்'னு சொல்லீருந்தீங்க.

இலக்கியங்கள்ல இப்படிப்பட்ட வாழ்க்கைத் தத்துவங்களுக்கான சொற்றொடர்களும், சொற்களும் இருக்குங்கிறது பெரும்பான்மையானவர்களுக்கு தெரியாதேம்மா. உங்கள மாதிரி படித்த அறிஞர்களுக்குத் தெரியும். பாமர மக்களுக்குத் தெரியுமா? இலக்கியங்களோட நோக்கமே, வாழ்க்கையோட அதைப் பொருத்திப் பார்த்து வாழணும்கிறதுதானே. அதனாலதான், நான் அந்த இலக்கியக் கருத்துக்களை எடுத்து, சினிமா பாடல் மூலம் வெகுஜனமா இருக்கிற பாமர மக்களிடம் கொண்டு சேர்க்கிறேன். இலக்கியத்தை எளிமைப்படுத்துறது, அதை மக்கள்ட்ட கொண்டு சேர்க்கிறது தப்பாம்மா?

யான்நோக்கும் காலை நிலன்நோக்கும் நோக்காக்கால்
தான்நோக்கி மெல்ல நகும்

இந்தத் திருக்குறள் ‘குறிப்பறிதல்’ அதிகாரத்துல 1094-வது குறளா இருக்குங்கிறது உங்களுக்குத் தெரியும். இந்தக் குறளுக்கான பொருளும் உங்களுக்குத் தெரியும்.

பாமரனுக்கு இந்தக் குறளைச் சொன்னால் புரிஞ்சுக்க சிரமமாக இருக்கும். அதனால் அதன் பொருள் தெரிஞ்சுக்க ஆசைப்படமாட்டான். இந்த இலக்கிய ருசியை அவனுக்கும் சேர்க்கணும்னுதான் என்னோட பாடல்கள்ல இலக்கியத்தில் உள்ள அழகான விஷயங்களை எளிமையா சேர்க்கிறேன்.

நான் அவளை பாக்கும்போது நாணத்தால், தலைகுனிந்து, நிலத்தைப் பார்ப்பாள். இதனால் நான் அவளைப் பார்க்காதது போல இருக்கும்போது என்னைப் பார்த்துவிட்டு மெல்ல புன்முறுவல் செய்வாள்.

அந்தக் குறளின் இப்படியான அற்புதக் காதல் சுவையை அறிஞர்கள் மட்டும்தான் ரசிக்க வேண்டுமா? பாமரன் ரசிக்கக் கூடாதா? அதனால்தான்...

உன்னை நான் பார்க்கும் போது
மண்ணை நீ பார்க்கின்றாயே!;
மண்ணை நான் பார்க்கும் போது
என்னை நீ பார்க்கின்றாயே!

-என சினிமாப் பாடலில் எளிமைப்படுத்தி எழுதினேன்.

இந்தப் சினிமாப் பாடலின் தொடக்கம் கூட

நேற்றுவரை நீயாரோ நான் யாரோ
இன்றுமுதல் நீ வேறோ நான் வேறோ

-எனத் தொடங்கும்.

குறுந்தொகையில் குறிஞ்சித் திணையில் செம்புலப்பெயனீரார் எழுதிய பாடலில் ஒன்றான...

யாயும் ஞாயும் யாராகியரோ
எந்தையும் நுந்தையும் எம்முறை கேளிர்
யானும் நீயும் எவ்வழி அறிதும்
செம்புலப் பெயல்நீர் போல
அன்புடை நெஞ்சம் தாம்கலந் தனவே!

-என்கிற பாட்டின் தாக்கம்தான்.

நீங்க இலக்கியத்தைப் படிச்சிட்டு அப்படியே பேசுறீங்க. நான் அதை உள் வாங்கி எளிமைப்படுத்தி, ஊருக்குச் சொல்றேன். இது தப்பாம்மா?" எனக் கேட்டிருக்கிறார் கண்ணதாசன்.

அந்த பேச்சாளர் பெண்மணிக்கு பேச்சே வரவில்லை.

ஜெமினிகணேசன், தேவிகா நடிப்பில் வந்த 'வாழ்க்கைப் படகு' படத்தில் 'நேற்றுவரை நீ யாரோ' பாடல் இடம்பெற்றது.

'வாழ்க்கைப் படகு' தேவிகா

எம்.ஜி.ஆருக்கும், கண்ணதாசனுக்கும் இடையே கருத்து வேறுபாடு ஏற்பட்டிருந்த சமயம்....

மதுரை திருப்பரங்குன்றத்துல தி.மு.க. கட்சி மீட்டிங்லயே, "இனி என்னோட படங்களுக்கு கவிஞர் வாலிதான் பாடல்கள் எழுதுவார்" என எம்.ஜி.ஆர். அறிவிக்க.... தமிழ்நாடு முழுக்க பரபரப்பாகிப் போச்சு.

சென்னை பாண்டிபஜாரில் தமிழ்வாணன், மதிஒளி சண்முகம் உட்பட பெரிய, பெரிய பத்திரிகையாளர்களும், இலக்கியவாதிகளும் ஒரு விவாதக் கூட்டம் நடத்துனாங்க.

'கண்ணதாசனுக்கு மாற்று வாலியா? கண்ணதாசன் எங்க? வாலி எங்க?' என ஆவேசமா விவாதிச்சுப் பேசுறாங்க.

அந்தச் சமயத்துல தமிழ்வாணனோட 'கோகுலம்'னு ஒரு சிறு பத்திரிகை. குமுதத்தோட இணைச்சு வரும். அதுல கேள்வி-பதில் பகுதியில் 'கண்ணதாசன் -வாலி: ஒப்பிடுக?' அப்படிங்கிற கேள்விக்கு 'கண்ணதாசன் ஒரு யானை -வாலி ஒரு கொசு' என தமிழ்வாணன் எழுதியிருந்தார். இதுவும் பரபரப்பாகிடுச்சு.

இந்தப் புத்தகம் வந்த மறுநாள் ஒரு திருமண நிகழ்ச்சியில் வாலியும், தமிழ்வாணனும் சந்திச்சுக்கிட்டாங்க.

"பத்திரிகை பார்த்தீரா? என்னோட பதிலைப் படிச்சீரா?"

"படிச்சேன்..."

"எப்படி?"

"நீங்க எழுதினது நூத்துக்கு நூறு உண்மை. கண்ணதாசன் ஒரு யானை; நான் கொசுதான். ஆனா..."

"என்ன.... ஆனா...?"

"கொசு கடிச்சா யானைக்கால் வந்துடும்... பரவால்லயா..."

-இப்படி வாலி சொன்னதும், சத்தமாக சிரித்து ரசித்தார் தமிழ்வாணன்.

இப்படி ஆரோக்கியமாக இருந்தது அந்தக்கால விவாதங்களும், விமரிசனங்களும்.

விமர்சிக்கப்பட்டவரையே ரசிக்க வைப்பதுதானே நல்ல விமரிசனத்திற்கான லட்சணம்.

கண்ணதாசனின் பெருந்தன்மை.....

கட்...
கட்...
கட் ...!

நடிகர்திலகம் சிவாஜி, கே.ஆர்.விஜயா, நம்பியார் நடிச்சு, பி.மாதவன் தயாரிச்சு, இயக்கிய படம் 'ராமன் எத்தனை ராமனடி'. இந்தப் படத்துக்கு கதை-வசனம் எழுதினவர் பாலமுருகன்.

'இருட்டுல இருந்த என்னை வெளிச்சத்துக்கு கொண்டு வந்ததும் ஒரு பொண்ணுதான். வெளிச்சத்துலருந்து என்னை இருட்டுக்கு தள்ளினதும் ஒரு பொண்ணுதான்' -அப்படிங்கிற டயலாக் உண்டு.

இதை கதையோட்டத்துக்கு தகுந்த மாதிரி எப்படி பிரஸண்ட் பண்றதுங்கிறதுல சிவாஜியப்பாவுக்கு ஒரு சின்ன குழப்பம். காரணம்... என்ன மீனிங்ல இந்த டயலாக் எழுதப்பட்டிருக்குங்கிறதுல குழப்பம். இருந்தாலும் கர்ப்பிணிப் பெண் போல இடுப்பில் ஒரு கை வைத்து அந்த டயலாக்கை பேசினார் சிவாஜியப்பா.

கட்... கட்... கட்.. என குரல் கொடுத்தார் கதாசிரியர் பாலமுருகன்.

டைரக்டர் மாதவனுக்கு கடுப்பு. இருந்தாலும் பொறுமை காத்தார்.

"என்னடா?" என சிவாஜியப்பா கேட்டார்.

"என்ன கையத் தூக்கி பேசுறீங்க?" என கேட்டார் பாலமுருகன்.

'ராமன் எத்தனை ராமனடி'
சிவாஜி-கே.ஆர்.விஜயா

"இருட்டுலருந்து என்னை வெளிச்சத்துக்கு கொண்டு வந்தவ ஒரு பொண்ணுங்கிறது... 'கர்ப்பத்துலருந்து பெத்துப் போட்டவ' அப்படிங்கிற மீனிங்லதான எழுதியிருக்க?"

"இங்க பாருங்க... தேவையில்லாம கதையை மாத்துற வேலை வேண்டாம். சாப்பாட்டு ராமனா திரிஞ்சவனை, மெட்ராஸுக்கு போய் ஒரு நல்ல ஆளாகி வான்னு அனுப்புறது அவதான். அவன் பெரிய சினிமா நடிகனாகி ஊருக்கு வரும்போது, இன்னொருத்தனுக்கு மனைவியாகி, அவன் மனசை இருட்டுல தள்ளினது அவதான். அதுக்குத்தான் இந்த டயலாக். இஷ்டத்துக்கு கையக் காலை உசத்தி, கதையை மாத்தாதீங்க" என பாலமுருகன் சொல்ல...

யோசித்த சிவாஜியப்பா... "பக்கத்துல இருக்க சோபாவ இப்படி நகர்த்திப் போட்டு, அதுல கை வச்சுக்கிட்டுப் பேசட்டுமா?" எனக் கேட்க... டைரக்டர் மாதவன் ஓ.கே.சொல்ல, பாலமுருகனைப் பார்த்து, "டேய் குட்டையா (குள்ளமானவர்) ஓ.கே.வா?" என சிவாஜியப்பா கேட்க... "அதுக்குத்தான சிவாஜிய ஹீரோவா போட்டு படம் எடுக்குறோம். இல்லேன்னா.... ஆள மாத்திரமாட்டோமா?" என பாலமுருகன் சொல்ல...

'பாருங்களேன்... சிவாஜிங்கிற ஒரு மாபெரும் நடிகரையே ஒரு வசனகர்த்தா கோளாறு சொல்றார்னா... படைப்பாளிகள் அப்ப எவ்வளவு சுதந்திரமா இருந்திருக்காங்க. படைப்பு சரியா வரணும்கிறது எவ்வளவு கவனமா இருந்திருக்காங்க'ன்னு புரியும்.

பொழுதும் போக்கணும் பழுதும் நீக்கணும்!

கவிஞர் வாலி முன்னமே சில படங்களுக்கு பாட்டெழுதினாலும், அவரோட பாடல்ல வந்த முதல் படம் 'கற்பகம்'.

'ஆயிரம் இரவுகள் வருவதுண்டு ஆனால் இதுதான் முதலி ரவு', 'அத்தைமடி மெத்தையடி ஆடி விளையாடம்மா', 'பக்கத்து வீட்டு பருவ மச்சான் பார்வையிலே படம் பிடிச்சான்', 'மன்னவனே அழலாமா' என அந்தப் படத்தின் எல்லா பாடல்களுமே விஸ்வநாதன்-ராமமூர்த்தி இசையில் சூப்பரோ சூப்பர் ஹிட்.

கண்ணதாசன் வெளியூர் சென்றிருந்த சமயம்தான்... 'கற்பகம்' படத்திற்கு வாலியை பாடல் எழுத வைத்தார் விஸ்வநாதன். முதலில் ஒரே ஒரு பாடல் மட்டுமே வாலிக்கு. மற்ற பாடல்கள் கண்ணதாசனுக்கு என்றுதான் நினைத்திருந்தார் எம்.எஸ். விஸ்வநாதன். ஆனால் வாலியின் வார்த்தைகளில் சொக்கிப்போய், எல்லாப் பாடல்களையும் எழுத வைத்துவிட்டார்.

சென்னை திரும்பிய கண்ணதாசனுக்கு விஷயம் தெரிந்தது.

"என்னடா விசு... நான் ஊர்ல இல்லாத நேரம் பார்த்து, யாரையோ வச்சு பாட்டெழுத வச்சியாமே..."

“என்னை விட்டுட்டு, வேற மியூஸிக் டைரக்டர்கள்ட்ட நீங்க பாட்டெழுதுறீங்க, அது மட்டும் செய்யலாமா? அதனாலதான், நான் வேற பையனை வச்சு எழுத வச்சேன்” என தமாஷாகச் சொன்ன எம்.எஸ்.வி., “நீங்க அந்தப் பையன் எழுதின பாட்டைக் கேளுங்க... சும்மா பிச்சிட்டான்” எனவும் சொன்னார்.

‘கற்பகம்’ டைரக்டர் கே.எஸ்.கோபாலகிருஷ்ணனுக்குச் சொந்தமான ‘சாரதா ஸ்டுடியோ’வில் பாடலைக் கேட்டார் கண்ணதாசன்.

“விசு வா... வந்து கார்ல ஏறு. முதல்ல அந்தப் பையனை பாராட்டிட்டு வரணும். என்ன பிரமாதமா எழுதியிருக்கான்” என வியந்தார் கண்ணதாசன்.

மைலாப்பூரில் ஒரு மாடி அறையில் ‘அக்கடா’னு தூங்கிக்கிட்டிருக்கார் வாலி.

யாரோ தன்னை எழுப்புவதை உணர்ந்து, கண்ணைத் திறந்து பார்த்த வாலிக்கு... அதிர்ச்சி, இன்ப அதிர்ச்சி, வியப்பு...! நிஜமா? என்கிற கேள்வி வேறு.

கண்ணதாசனைக் கண்டதும் வாரிச் சுருட்டிக்கொண்டு, எழுந்தார் வாலி.

“கவிஞரே நீங்க இங்க வருவீங்கன்னு நான்...”

“என்னய்யா பாட்டு எழுதியிருக்க? பிரமாதம் போ... இனிமே சினிமாவுல உன்னோட ஆட்சி தான்... இது தொடரட்டும், நல்லா எழுது. புரட்சி நடிகர் எம்.ஜி.ஆர்., சாதாரணமா ஒருத்தரை ஓ.கே. பண்ணமாட்டார். அவரே அறிவிச்சிட்டார். நீ உயர்ந்த இடத்துக்கு வருவ” என மனதார வாழ்த்தினார் கண்ணதாசன். அவரின் பெருந்தன்மையால் நெகிழ்ந்துபோனார் வாலி.

ஊருக்கே திரும்பிப் போயிடலாம்னு இருந்த வாலியின் மனதை மாற்றியது ‘மயக்கமா கலக்கமா? மனதிலே குழப்பமா? வாழ்க்கையில் நடுக்கமா?’ என்கிற கண்ணதாசனின் பாடல்.

‘இதேபோல பெரும் துயரப்பட்டு, வாய்ப்புக் கிடைக்காமல் ஊருக்கே போய்விடலாம் அல்லது தற்கொலை செய்து கொள்ளலாம்’ என முடிவெடுத்த என்னுடைய மனதிற்கு உத்வேகம் கொடுத்து மாற்றியது... ‘காலமகள் கண் திறப்பாள் சின்னையா நாம் கவலைப்பட்டு ஆவதென்ன சொல்லய்யா’ என்கிற கண்ணதாசனின் பாடல்தான்.

ஆக... ‘ஒரு திடைப்படத்திற்கு பாடல் என்பது வெறுமனே இருந்துவிடக்கூடாது. பொழுது போக்குவதாகவும்

வாலி-கண்ணதாசன்

பட்டுக்கோட்டை
கல்யாணசுந்தரம்

இருக்கவேண்டும்... கேட்பவனின் துவண்டுவிட்ட மனதின் கவலை களை போக்குவதாகவும் இருக்க வேண்டும். தனிமனித, சமூக பழுது நீக்குவதாகவும் இருக்கவேண்டும். நமது இலக்கு நோக்கி நம்மை நகர்த்துவ தாகவும் இருக்கவேண்டும்.'

இதற்கு மிகச்சிறந்த உதாரணமாக புரட்சித்தலைவர் எம்.ஜி.ஆர்., தனது படங்களில் பாடல்களை அமைத்துக்கொண்ட விதத்தைச் சொல்லலாம். எம்.ஜி.ஆரை ஒரு லட்சிய இலக்கு நோக்கித் திருப்பியது பாடல்கள்தான்.

குறிப்பாக பட்டுக்கோட்டை கல்யாணசுந்தரம் அவர்கள் எம்.ஜி.ஆருக்காக எழுதிய பாடல்களைச் சொல்லலாம்....

'பாச வலை' எனும் படத்திற்காக ஒரு பாடலுக்கு மெட்டு அமைத்து முடித்திருக்கிறார் எம்.எஸ்.விஸ்வநாதன். அப்போது மேனேஜர் உள்ளே வந்து 'உங்களிடம் பாடல் எழுத சான்ஸ்

கேட்டு ஒரு பையன் வந்திருக்கிறார்' எனச் சொல்ல... 'புதுக் கவிஞர்களை வச்சு பாட்டெழுதி மல்லுக்கட்ட நேரமில்லை. ஏற்கனவே பிரபலமா இருக்க ஒரு கவிஞரை கூட்டி வாங்க' என எம்.எஸ்.வி. சொல்ல... வெளியே வந்து அந்த புது கவிஞரிடம் சொல்கிறார் மேனேஜர்.

"அய்யா என்னை பார்க்க வேண்டாம். என்னோட கவிதையை மட்டும் பார்த்தா போதும்" என்றபடி எதையோ எழுதி நீட்டுகிறார் கவிஞர்.

மேனேஜர், அதை எம்.எஸ்.வி.யிடம் கொடுக்க.... அதைப் படித்துப் பார்த்து வியப்பும், அதிர்ச்சியும் அடைகிறார்.

உடனே அழைக்கப்படுகிறார் வளரும் கவிஞர்.

அப்படித்தான் பட்டுக்கோட்டை கல்யாணசுந்தரம், எம்.எஸ்.வி.க்கு அறிமுகமானார். பட்டுக்கோடையார் எழுதிக் கொடுத்த வரிகள் பாட்டானது.

குட்டி ஆடு தப்பிவந்தால்
குள்ளநரிக்குச் சொந்தம்
குள்ளநரி மாட்டிகிட்டா
கொறவனுக்குச் சொந்தம்
தட்டுக் கெட்ட மனிதர் கண்ணில்
பட்டதெல்லாம் சொந்தம்
சட்டப்படி பார்க்கப்போனால்
எட்டடிதான் சொந்தம்

உனக்கெது சொந்தம்
எனக்கெது சொந்தம்
உலகத்துக்கெதுதான் சொந்தமடா
மனக் கிறுக்கால் நீ உளறுவதாலே
வந்த லாபம் அது மந்தமடா

'திருடாதே பாப்பா திருடாதே' என்கிற பாடலை எம்.ஜி.ஆருக்காக 'திருடாதே' படத்தில் எழுதினார்.

'மகாதேவி'யில் 'குறுக்கு வழியில் வாழ்வு தேடிடும்' பாடல், 'நாடோடி மன்னன்' படத்தில் 'தூங்காதே தம்பி தூங்காதே' என பட்டுக்கோட்டையாரின் தத்துவார்த்தப் பாடல்களை தனது கோட்பாடாக திரையில் வெளிப்படுத்தினார் எம்.ஜி.ஆர்.

புரட்சி நடிகர் எம்.ஜி.ஆர்., புரட்சித் தலைவராகி, தமிழக முதலமைச்சராக பொறுப்பேற்ற போது... "இந்த முதலமைச்சர்

நாற்காலியின் நான்கு கால்களில் ஒன்று பட்டுக்கோட்டை கல்யாணசுந்தரம் பாடல்களால் அமைந்தது" எனச் சொன்னார்.

தனி மனிதரின் மனமாச்சரியங்களுக்கு மட்டுமல்ல... சமூக அரசியல் ஆச்சரியங்களையும் கூட உண்டாக்கும் வலிமை கொண்டதாக இருந்தது பாடல்கள்.

அப்படியான பாடல்களை நமக்குத் தந்த தமிழ்க் கவிஞர்களை போற்றுவோம். சினிமாப் பாடல்களை சமூகத்திற்கானதாக மீண்டும் மாற்றுவோம்.

வடிவேலுவின் ரசனை!

பழைய சினிமாப் பாடல்களின் பல்லவியை மட்டும் பெரும்பாலும் பலர் அறிந்திருப்பார்கள். ஆனால் பாடல்களின் முழு வரிகளையும், ஒரு பாடலின் அத்தனை சரணங்களையும், சரளமாகப் பாடக் கூடியவர் நடிகர் வடிவேலு. குறிப்பாக கண்ணதாசன் பாடல்கள் அவருக்கு ரொம்பப் பிடிக்கும்.

இரவு நேரத்தில் வடிவேலுவும், நானும் அமர்ந்து பேசிக்கொண்டும், பாடிக்கொண்டும் இருப்போம். திடீரென பாடல் சம்பந்தமாகவே இருவருக்கும் இடையே மோதல் வரும்.

"மனோ... கிளம்பி என்கூட வா..." என அர்த்தராத்திரியில் காரில் என்னை அழைத்துச் செல்லுவார்.

தி.நகரில் இருக்கும் கவிஞர் கண்ணதாசன் சிலை அருகே காரை நிறுத்துவிட்டு இறங்குவோம்.

"யோவ்... கவிஞரே... ஒவ்வொரு பாடலையும் உசுர உருக்குற மாதிரி எழுதிட்டு, எல்லாரையும் தூங்கவிடாமச் செஞ்சிட்டு, நீ நிம்மதியா தூங்குற" எனச் சொல்லிக்கொண்டு சிலையின் அடியில் போய் அமர்வார். என்னையும் அமரச் சொல்லுவார்.

சிறிதுநேரம் உட்கார்ந்து எங்களை ஆசுவாசப்படுத்திக் கொண்டு வருவோம்.

கறியும் வெந்துச்சு... கதையும் வெந்துச்சு

என்னோட அனுபவங்களை நான் எழுதுறேன்னா... அதுல நான் பார்த்து ரசிச்ச மத்த விஷயங்களையும் உள்ளடக்கியதுதானே என்னோட அனுபவம். அப்படித்தான் என்னை பாதிச்ச திரைப்பட வசனங்களையும், பாடல்களையும் குறிப்பிட்டேன். அந்த படைப்புகளோட தாக்கம்தான் என்னை ஒரு படைப்பாளியாக்க உந்து சக்தியாக இருந்தது. அதை நன்றியோட நினைக்கணு மில்லையா.... அதனால கடந்த சில அத்தியாயங்கள்ல வசனத்தையும், பாடல்களையும் பற்றி குறிப்பிட்டேன்.

இப்ப என் கதைக்கு வர்றேன்...

விஜயகாந்த்தை வைத்து நான் இயக்கின 'என் புருஷன்தான் எனக்கு மட்டும்தான்' படத்தோட கதை எத்தனை பேருக்கு ஞாபகம் இருக்கும்னு தெரியல.

கலைமணி சார் கதை.

கதைப்படி விஜயகாந்த்தும், ரேகாவும் கணவன்-மனைவி. அவங்களுக்கு ஒரு குழந்தை. ரேகா எப்போதுமே சந்தேகப் பார்வையோட இருப்பார். எதிர்த்த வீட்டுக்கு குடிவந்த சுஹாசினியையும் சந்தேகப்படுவார். ஒரு கட்டத்தில் 'நீ என் புருஷனை வச்சிருக்க' என ரேகா சொல்வார்.

ரேகா கிளப்பிவிட்ட இந்த வதந்தியால, சுஹாசினிக்கு நடக்கவிருந்த திருமணம் நின்னு போயிடும். அதனால் சுஹாசினி ஒரு முக்கிய முடிவெடுப்பார்.

யாரால நம்ம வாழ்க்கை கெட்டுச்சோ... அவளோட வீட்டுல நாம குடித்தனம் பண்ணனும் என்பதுதான் அந்த முடிவு.

ரேகா தூங்கி கண் விழிக்கும்போது, வீடே சாப்பிராணி புகையால் மணக்கும். சுப்ரபாதம் பாடுவது காதில் கேட்கும். விஜகாந்த்தும் கண்டும் காணாமலும் இருப்பார். பிரச்சினை பெரிதாக வெடிக்கும்போது... 'நீ என்ன சொன்ன... என் புருஷன வச்சுருக்கான்னு என்னைச் சொன்னேல்ல. அப்படின்னா எனக்கும் இந்த வீட்ல உரிமை இருக்குல்ல...' என சுஹாசினி சொல்லுவார்.

வந்தவ வீட்டுல அதிகாரம் பண்ணுவா. வீட்டுக்கு உரிமை உள்ளவ வீட்டை விட்டு வெளியேறுவா... -இதுதான் இண்டர்வெல் பிளாக்.

பின்னணி இசை சேர்ப்பு நடக்குது.

"ஏப்பா... விஜயகாந்த்துக்கும், சுஹாசினிக்கும் இடையே என்ன ரிலேஷன்?" என இளையராஜா என்னிடம் கேட்டார்.

"இருங்கண்ணே... கதாசிரியரவே கூட்டிட்டு வர்றேன்" எனச் சொல்லிவிட்டுப் போய், கலைமணியை அழைத்து வந்தேன்.

அதே கேள்வியை கலைமணியிடம் கேட்டார்.

"ரெண்டு பேருக்கும் இடையே இருப்பது மரியாதை கலந்த அன்பு" எனச் சொன்னார்.

இசைக்கலைஞர்கள் பக்கம் திரும்பிய இளையராஜா, "எல்லாம் மரியாதை கலந்த அன்பா வாசிங்க" எனச் சொல்ல... எல்லோரும் 'கொல்'லெனச் சிரித்துவிட்டார்கள்.

எனக்கோ... ரொம்ப சங்கடமாப் போச்சு.

படம் வெளியாகி சூப்பர் டூப்பர் ஹிட் ஆச்சு.

என்னோட படங்கள்ல எனக்கு ரொம்ப பிடிச்ச படமா அமைஞ்சது. எனக்கு மட்டுமல்ல, விஜயகாந்த் சாருக்கும் பிடிச்ச படம்னு இதைத்தான் சொல்வார். விஜயகாந்த்துக்கு மட்டுமில்ல, அவங்க வீட்டாருக்கும் பிடிச்ச படமா அமைஞ்சது. ஆர்.சுந்தர்ராஜன் படங்கள் லேடிஸ் ஆடியன்ஸை விஜயகாந்த்துக்கு கொண்டுசேர்த்த மாதிரி, இந்தப் படமும் பெண்கள் ஆதரவை அள்ளியதுடன், விஜயகாந்த் படங்களுக்கு பெண் ரசிகர்களையும், குழந்தை ரசிகர்களையும் குவித்தது என் படம்தான். கலைப்புலி தாணுவும், ஆபாவாணனும் எப்படி

பிரமாண்டத்தைக் காட்டி, விஜயகாந்த்தை உயர்த்தினாங்களோ... அதுபோல நான் பெண்கள் மற்றும் குழந்தைகள் ஆடியன்ஸை விஜயகாந்த் படத்திற்கு கொண்டுவந்ததில் பெருமைப்படுறேன்.

கதாசிரியர் கலைமணி -இசையமைப்பாளர் இளையராஜா -இயக்குநர் மனோபாலா...

-இந்த மூன்று பெயர்களும் விளம்பரத்தில் சேர்ந்து வந்தாலே, அந்தப் படம் பூஜை போட்ட நாளிலேயே எல்லா ஏரியாவும் விற்பனையாகிவிடும் நிலமை ஏற்பட்டது.

அடுத்த படத்திற்கு தயாராக வேண்டும். அந்தச் சமயம் ஒருநாள்... "டைரக்டரே வண்டியில ஏறுங்க" என தன்னுடைய காரில் சில உதவியாளர்களுடன் வந்த கலைமணி, என்னையும் காரில் ஏறச் சொன்னார்.

நான் மேலே ஒரு சட்டையும், லுங்கியும் அணிந்திருந்தேன் ரிலாக்ஸ்டாக. 'உட்லண்ட்ஸ் ஹோட்டல்ல காபி சாப்பிட கூப்பிடுறார்' என எண்ணி ஏறி உட்கார்ந்தேன்.

கார் சிறிது தூரம் சென்றதும் டிரைவரிடம்... "வண்டிய மைசூருக்கு விடு" என்றார் கலைமணி.

எனக்கு முதலில் மைசூரு போண்டா சாப்பிட என்பது போலத்தான் காதில் விழுந்தது. இருந்தாலும் கேட்டேன்... "சார் இப்ப டிரைவர்கிட்ட என்ன சொன்னீங்க?"

"ஒண்ணுல்ல டைரக்டரே நாம... இப்ப மைசூரு நோக்கி போய்ட்டிருக்கோம்" என்றார்.

"சார்... என்னா சார்... இது? நான் லுங்கியோட இருக்கேன். டிரெஸ் எதுவும் எடுத்துக்கலயே?"

"வாங்க டைரக்டரே... போற வழியில தேவையான எல்லா டிரெஸ்ஸையும் வாங்கிக்கலாம்" என்றார்.

சித்தூர் அருகே ஒரு கடையில் பேண்ட், சர்ட். ஜட்டி, பனியன், துண்டு... கர்சீப் வரைக்கும் வாங்கினார்.

"சார்... இதையெல்லாம் எப்படி சார் கொண்டு போறது?"

"துணிமணி விக்கிற ஊர்ல, சூட்கேஸ் விற்காதா? வாங்க டைரக்டரே..." என சூட்கேஸ் ஒன்றையும் வாங்கினார்.

டிக்கியைத் திறந்து அந்த சூட்கேஸை வைக்கும்போது பார்த்தேன். சின்ன கடாய், மேலும் சில சமையல் பாத்திரங்கள், ஸ்டவ், எண்ணெய் பாட்டில், சில டப்பாக்களில் மிளகு, சீரகம், மிளகாய், உப்பு போன்றவை இருந்தது.

"இதெல்லாம் எதுக்கு சார்?"

'மல்லு வேட்டி மைனர்' சத்யராஜ்

"வாங்க சொல்றேன்..." என்றார்.

கார் ஒரு பஜாரை கடந்து போனது. ஒரு கறிக்கடையைப் பார்த்துவிட்டார். காரை நிறுத்தச் சொல்லி, ஏழெட்டுக் கிலோ கோழிக்கறி வாங்கினார்.

"என்ன சார் இம்புட்டு கறிய வறுக்க, பெரிய சட்டி வேணுமே...?"

"வாங்கிருவோம்..." என ஒரு பெரிய இரும்புக் கடாயுடன் வந்தார்.

கார், ஊரைத் தாண்டி போய்க்கொண்டிருந்தது. ஆள் அரவமற்ற, ஒரு பெரிய ஆலமர நிழலைக் கண்டதும் காரை அங்கே நிறுத்தச் சொன்னார்.

கல்லும், கட்டையும் வைத்து அடுப்பு மூட்டி, கறி வேகவைக்கத் தயாரானார்.

"டைரக்டரே... இந்த பேப்பர்ல மிளகு, கொஞ்சம் சீரகம்

கொஞ்சம் எடுத்து, இந்த கட்டையை வச்சு நுணுக்குங்க" என்றார்.

ஒரு பக்கம் ஒரு சட்டியில் சோறு வேகிறது. இன்னொரு பக்கம் கறி கம...கம...னு வேகுது.

எனக்கு பசி ஆரம்பிச்சிடுச்சு.

"சார், நான் சைவம் சாப்பிடுறவனாச்சே..."

"உங்களுக்காகத் தான் காக்கிலோ கத்திரிக்கா வாங்கியிருக்கேன், கத்திரிக்கா கொத்சோ, கூட்டோ வச்சுத் தர்றேன்... சுடு சோத்துல போட்டு, பெரட்டி அடிங்க."

"தயிர் சாதம்..."

"அய்யோ... எப்பப்பாரு தயிர்...சாதம், தயிர்....சாதம்னு உங்களைக் கட்டி மாரடிக்க வேண்டியதா இருக்கு" என்றார்.

(எனக்கு தயிர் சாதம்னா ரொம்ப இஷ்டம். எனக்கு அது மட்டுமே போதுமானது. அதனால் என்னோட தயிர்சாத மோகம் சினிமா இண்டஸ்ட்ரியில் மிகவும் பிரபலம். அதைத்தான் டைரக்டர் சுராஜ் ஒரு படத்தில் விவேக்கிற்கு காமெடியா வச்சார்.)

வந்த இடத்துல தயிர்சாதத்துக்கு பேராசைபடக்கூடாது என முடிவு செய்து, கத்திரிக்காய் தொக்கு போட்டு சாப்பிட முடிவு செய்தேன்.

"ஆமா... இந்த இடத்துக்கு எதுக்கு வந்தோம்?"

எனக்குள் எழுந்த கேள்வியை கலைமணி சாரிடம் கேட்டேன். "சார் எதுக்கு சார், இங்க வந்திருக்கோம். ஏதோ... மைசூருனு சொன்னீங்க... இப்ப சித்தூர்ல அரச மரத்தடியில சமைச்சுக்கிட்டிருக்கோமே?"

"கதை பேசுறதுக்குத்தான் டைரக்டர். அடுத்த படத்துக்கு கதை ரெடிபண்ண வேணாமா?"

"கதையோட லைன் பிடிச்சிட்டீங்களா சார்?"

"பிடிச்சிடுவோம்... 'என் புருஷன்தான் எனக்கு மட்டும்தான்' கதை விவாதம் செய்துக்கிட்டிருந்தப்போ, நீங்க ஒரு கேள்வி கேட்டீங்க... ஞாபகம் இருக்கா டைரக்டரே?"

"இருக்கு சார்..."

தன்னால் சந்தேகத்துக்கு ஆளான பெண் தன்னோட வீட்ல குடும்பம் நடத்த வந்ததால்... உரிமையுள்ள அவள் வீட்டை விட்டு வெளியேறுனா இல்லையா?

"ஆமா சார்... அதுலயிருந்துதான் நம்ம அடுத்த படத்துக் கதை தொடங்குது..."

"எப்படி சார்?"

"புருஷன் மேல உரிமையுள்ள பொண்டாட்டி என்ன பண்றான்னா... அவளே போய், தன் புஷனோட வைப்பாட்டிய வீட்டுக்கு கூட்டி வந்துடுறா..."

"என்னாது... பொண்டாட்டியே போய் புருஷனோட வைப்பாட்டிய கூட்டிட்டு வர்றாளா?"

"ஆமாங்க டைரக்டரே"

"அது எப்படி சார்?"

"ஏங்க... கோழிய எங்கயோ வாங்கி, ஹோட்டல்ல சமைக்கிறாங்க... வீட்ல சமைக்கிறாக்க... நாம இப்ப ஆலமரத்துல சமைக்கிறோம். மஞ்ச தூளு, தனியா தூளி, உப்புத் தூளு, சீரகத் தூளுனு எல்லா ஒரே மாதிரி மசாலாதான். ஆனா ஒவ்வொண்ணும் சாப்பிடுற மனநிலைக்கு தகுந்த மாதிரி ருசி வேறுபாடா இருக்கிறதில்லையா? அதுபோலத்தான். என் புருஷன் எனக்கு மட்டும்தான் கதையை அப்படியே மாத்திப் போடுவோம். அதுல ஹீரோ ஒழுக்கமானவன். இதுல ஹீரோ ஒரு பொம்பள பொறுக்கி..."

"சார்... விஜயகாந்த் இப்படி பொம்பள பொறுக்கியா நடிக்கமாட்டாரே...?"

"இந்தக் கதைக்கு சத்யராஜ் சரியா இருப்பாரு. கதையைச் சொன்னா லட்டு மாதிரி விரும்புவார்" என்றார்.

"அப்படீங்கிறீங்களா?"

"ஆமாங்க டைரக்டரே..."

-இப்படித்தான் உருவானது 'மல்லு வேட்டி மைனர்' படம்.

இந்த படத்தின்போது நடந்த சம்பவங்களை நினைச்சா வயிறு வலிச்சுப் போகும் சிரிச்சு, சிரிச்சு...

வேட்டிய கழிச்சுக்கட்டு...!

மைசூரு போகிற வழியில் சித்தூரில் ஊருக்கு வெளியே ஒரு பெரிய அரச மரத்தடியில் கோழிக்கறி சமைத்தபடியே அடுத்த படத்திற்கான கதைக்கு லைன் பிடித்தார் கதாசிரியர் கலைமணி சார்.

'என் புருஷன்தான் எனக்கு மட்டும்தான்' படத்தின் அதிரிபுதிரி வெற்றியால், 'இளையராஜா -கலைமணி -மனோபாலா' என்ற காம்பினேஷனுக்கு விநியோகஸ்தர்களிடையே மவுசு ஏற்பட்டிருந்த நேரம் அது.

தண் கணவனையும், எதிர்வீட்டுப் பெண்ணையும் சம்பந்தப்படுத்தி சந்தேகப்படுகிறாள் மனைவி. அதனால் பாதிக்கப்பட்ட பெண், தன்னை சந்தேகப்பட்ட பெண்ணின் வீட்டிலேயே குடியேறுவது 'என் புருஷன்தான் எனக்கு மட்டும்தான்' கதையின் முக்கிய கட்டம்.

அதையே மாத்திப் போட்டு 'புருஷனோட வைப்பாட்டிய, மனைவியே வீட்டுக்கு கூட்டிட்டு வர்றா. இதுதான் 'மல்லுவேட்டி மைனர்' கதை' என லைன் பிடித்தார் கலைமணி.

"சார், இது சரியா வருமா?"

"வரும் டைரக்டரே... ஹீரோவோட ஓபனிங் ஸீன்

சொல்லட்டா?"

"சொல்லுங்க..."

"செத்துப்போன தன் அப்பாவோட வைப்பாட்டிகளுக்கெல்லாம் பென்ஷன் அனுப்புறான் ஹீரோ."

கலைமணி சார் இப்படிச் சொன்னதும் என்னோட சோர்வெல்லாம் போன திசை தெரியல.

"என்னங்க இது ரொம்ப புதுசா இருக்கு" என ஆச்சரியத்தோடு கேட்டேன்.

"அப்படிப்பட்ட ஒருத்தனுக்கு அப்பன் புத்தி இருக்கத்தானே செய்யும். கல்லுல சேலையை காயப்போட்டிருந்தா கூட சபலப்படுவான் இந்த மைனர்... அதுவும் மல்லு வேட்டி மைனர்."

"விஜயகாந்த் இப்படி கேரக்டர்ல நடிக்கமாட்டாரே."

"சத்யராஜை ஹீரோவா போடுவோம். குத்துவிளக்கு மாதிரி ஒருத்தி, ஃபோகஸ் லைட் மாதிரி ஒருத்தின்னு ரெண்டு ஹீரோயினை புடிச்சுப்போடுவோம்."

"நல்லாத்தான் இருக்கு. ஆனா... வில்லனா நடிச்சுட்டு வந்த சத்யராஜ் இப்போ... ஹீரோவா உசந்திருக்கார். அப்படியிருக்கும்போது இந்தக் கதையில நடிப்பாரா?"

"ஹீரோ ஒரு பொம்பளப் பொறுக்கி, விலைமாதர் வீட்டுக்கெல்லாம் போறவன். லொள்ளு புடிச்ச ஜொள்ளுப் பார்ட்டின்னு சொல்லுங்க... நடிக்க ஒப்புக்குவார்" என்றார் கலைமணி.

"சார்.. சத்யராஜ், எம்.ஜி.ஆர். பாணியில நடிக்கிறார்... அவர் எப்படி?"

"என்ன டைரக்டரே நீங்க? 'அமைதிப்படை' படத்துல அவர் என்ன பத்தினி தெய்வாம்சத்தோடவா நடிச்சார்?" எனக் கேட்டபோது... 'சத்யராஜ்கிட்ட கதையை சொல்லித்தான் பார்ப்பாமே...' என முடிவெடுத்தேன்.

"கதையை முடிவுபண்ணியாச்சு. அப்படியே மைசூரு போறோம். அங்கிருந்து யு டர்ன் போட்டு சிவசமுத்திரம் நீர்வீழ்ச்சியில குளிக்கிறோம்... அப்படியே மெட்ராஸ் திரும்பி 'மல்லுவேட்டி மைனர்' பட வேலையை ஆரம்பிக்கிறோம்... கிளம்புங்க..."

சென்னை வந்து சேர்ந்தோம். சத்யராஜுக்கு போன்போட்டு கலைமணியிடம் கொடுத்தேன்.

"தலைவரே... கதை இதுதான்... ஹீரோ ஒரு பலான ஆளு!"

''சூப்பர் தலைவா! உங்க கதைல நடிக்க கசக்குதா? மனோபாலா சார் டைரக்ஷன்ல 'பிள்ளை நிலா' படத்துல ஒரு கேரக்டர் பண்ணினேன். அவரோட டைரக்ஷன்ல ஹீரோவா பண்ணணும்னு எனக்கு ரொம்ப நாள் ஆசை. நாம சேர்ந்து பண்ணீருவோம் தலைவா'' என்றார் சத்யராஜ்.

''அப்படியே கதையோட முக்கியமான மோட்டிவ் சொல்லி டுறேன் கேட்குறீங்களா?''

''சொல்லுங்க...''

''கதைப்படி காந்திமதி, சில பெண்களை வச்சு பலான பிசினஸ் பண்றாங்க. அடிக்கடி நீங்க அங்க போக்கு வரத்துல இருக்கீங்க. ஒரு சந்தர்ப்பத்துல காந்திமதி கோஷ்டி அந்த வீட்டை காலி பண்ணிட்டுப் போயிடுறாங்க. அங்க சீதா மாதிரி ஒரு குடும்பப் பெண் குடியேறுறா. நீங்க அது பலான வீடுதானேன்னு

'மல்லுவேட்டி மைனர்'
சத்யராஜ்- ஷோபனா

அங்க போய் அந்தப் பொண்ணுகிட்ட ரேட் பேசுறீங்க. அவ உங்களைத் திட்டி அனுப்பிடுறா.

'என்ன அவமானப்படுத்தின உன்னையே கல்யாணம் முடிச்சு...' அப்படினு சவால் விடுறீங்க.

ஆனா... அதுக்கு முன்னமே உங்களுக்கும், நாட்டுக்கட்ட மாதிரி ஒரு பொண்ணுக்கும் லவ்வு இருக்குது.

ஒரு கட்டத்துல... உங்களுக்கும், உங்க லவ்வருக்கும் வாக்குவாதமாகி ரெண்டுபேரும் சவால் விடுறீங்க.

'நீ என்கூட நாட்டியம் ஆடணும்'னு அவ சொல்றா. உங்க ரெண்டுபேருக்கும் இடையே நடந்த நாட்டியப் போட்டியில நீங்க ஜெயிச்சிடுறீங்க..."

கலைமணி கதையைச் சொல்லச் சொல்ல... பதறிப்போன சத்யராஜ், "ஏங்க... நான் நாட்டியப் போட்டியில ஜெயிக்கிறேன்னா... ஜனங்க எப்படி நம்புவாங்க?" என கேட்டார்.

"என்ன தலைவரே... 'மன்னாதி மன்னன்' படத்துல மக்கள் திலகம் எம்.ஜி.ஆர். அவர்களுக்கும் நாட்டியப் பேரொளி பத்மினி அவர்களுக்கும் நடக்குற நாட்டியப் போட்டியில எம்.ஜி.ஆர். ஜெயிப்பார்ல... அந்த மாதிரி நினைச்சுக்கங்க தலைவரே" என்ற கலைமணி, கதையைத் தொடர்ந்தார்.

'அந்த சீதா மாதிரி பொண்ண கல்யாணம் பண்ணியே தீருவேன்'னு நீங்க சவால் விட்டீங்கள்ல... அந்தப் பொண்ணு சொல்றா... நீ இனிமே என்னைத் தவிர இன்னொரு பொண்ண ஏறிட்டும் பார்க்கமாட்டேன்னு சத்தியம் பண்ணித்தரச் சொல்றா.

அவ கை மேல இவன் கையை வச்சு சத்தியம் பண்ணப் போகையில... விஷயம் தெரிஞ்சு... உங்க நாட்டுக்கட்ட நாட்டியப் பெண் ஓடி வர்றா... சத்தியத்த தடுக்க. ஆனா அதுக்குள்ள சத்தியம் பண்ணிடுறீங்க. நாட்டியப் பெண் முகத்துல கேமரா ஃப்ரீஸ் ஆகுது. இதுதான் இண்டர்வெல் பிளாக்" -என கதையைச் சொன்னார் கலைமணி.

சத்யராஜுக்கு கதை பிடித்துப்போனது.

சத்யராஜ் கேரக்டருக்கான மேனரிஸத்தை எப்படி அமைப்பது என விவாதித்தோம்.

"பழ.கருப்பையாவோட மேனரிஸத்தை வச்சுக்குவோம்" என்றார்.

பழ.கருப்பையாவின் வேஷ்டி கட்டுற ஸ்டைல் அப்போது வித்தியாசமா இருக்கும். எட்டு முழ வேட்டியைக் கட்டி, அதில்

ஒரு பகுதியை மட்டும் பிரித்து மேலே தூக்கி, வேஷ்டி முனையை வாயில் கவ்விக்கொண்டு, கக்கத்தில் ஒரு 'பேக்'கை இடுக்கிக்கொள்ளுவார்.

அவர் போல எட்டு முழ வேஷ்டியில் ஒரு பகுதியை பிரித்து வேஷ்டி நுனியை சத்யராஜ் கடித்துக்கொண்டு கையில் மல்லிப்பூவை சுற்றிக்கொண்டு நடந்தால் நன்றாக இருக்கும் என்று தோன்றியது. ஆனாலும் எனக்குத் தயக்கம்.

"பழ.கருப்பையா ஒரு தமிழறிஞர். அவரை இமிடேட் செய்றது பிரச்சினையாகாதா?" என்று கேட்டேன்.

"அவருகிட்டயே கேட்டுருவோம்" என போனை போட்டார் கலைமணி.

"கருப்பையாண்ணே... என்னோட ஆபீஸுக்கு இப்ப வர முடியுமாண்ணே..."

"இதோ... வர்றேன்" என கிளம்பி வந்துவிட்டார்.

"கருப்பையாண்ணே... என்னோட புதுப்பட கதைக்கு ஹீரோ கெட்-அப்புக்கு நீங்கதான் இன்ஸ்பிரேஷன்..." எனச் சொல்லி கதையையும் சொன்னார்.

"என்னண்ணே நீங்க... நல்ல கதையைக் கொண்டுபோய் வேற இடத்துல சொல்லீருக்கீங்க. என்கிட்ட முதல்ல சொல்லியிருந்தா... நானே புரொடியூஸ் பண்ணீருப்பேனே..." என்றார் பழ.கருப்பையா.

"உங்களுக்கு வேற ஒரு சூப்பர் கதை இருக்கு"

"அப்படியா?"

"ஆமா... அதுக்கு அட்வான்ஸ் கொடுங்க" என முன்பணம் வாங்கினார் கலைமணி.

ஸ்டில்ஸ் ரவியைக் கூப்பிட்டு, சத்யராஜை ஸ்டில் எடுத்து, கலைமணி -இளையராஜா -மனோபாலா அப்படினு போட்டு விளம்பரம் கொடுத்தோம். உடனே எல்லா ஏரியாவும் வித்துருச்சு.

சத்யராஜுக்கு ஜோடியா அமைதியான சீதா, ஆர்ப்பாட்டமான சோபனா என இரண்டு ஹீரோயின்கள்.

ஷூட்டிங் ஸ்பாட்டுக்கு சத்யராஜும் ஷோபனாவும் வந்தனர்.

"ஸாங்ல என்ன ஸீக்குவன்ஸ்...?" என கேட்டார் ஷோபனா.

"உங்களுக்கும் சத்யராஜ் சாருக்கும் டான்ஸ் போட்டி..."

"ம்..."

"போட்டியில சத்யராஜ் ஜெயிக்கிறார்"

அதிர்ச்சியான ஷோபனா, தன் காலில் போட்டிருந்த செருப்பைக் கழற்றினார்...

அடக்கடவுளே...!

கலைமணி சார் கதை எழுதி தயாரிக்க, சத்யராஜ் ஹீரோவாகவும், சீதாவும், ஷோபனாவும் கதாநாயகிகளாகவும் நடிக்க, நான் இயக்கிய படம் 'மல்லு வேட்டி மைனர்'. இந்தப் படத்தின் அனுபவங்களை கடந்த அத்தியாயத்தில் சொல்லி யிருந்தேன். அதன் தொடர்ச்சி இது....

டான்ஸ் மாஸ்டர் புலியூர் சரோஜாவிடம் சத்யராஜ்-ஷோபனா போட்டி டான்ஸ் பற்றிச் சொல்லி, "ஒரே ஷாட்டில் இருவரும் ஆடுவது மாதிரியெல்லாம் வரவேண்டும்" என்று சொன்னேன்.

"அடக்கடவுளே... என்னை நானே செருப்பாலதான் அடிச்சிக்கணும்" என்றவர்... "எம்.ஜி.ஆர் கொடுத்த சோதனைக்குப் பின்ன இந்த சோதனையா?" எனக் கேட்டார் சிரித்துக்கொண்டே.

(மன்னாதி மன்னன் படத்தில் எம்.ஜி.ஆரும், பத்மினியும் போட்டி டான்ஸ் ஆடுவார்கள். அந்தப் போட்டியில் எம்.ஜி.ஆர் ஜெயிப்பார்.)

சத்யராஜும், ஷோபனாவும் ஆடும் பாடல் காட்சி படப்பிடிப்பு எடுக்க தயாரானோம்.

(பாடல் காட்சியின் கான்செப்ட் என்ன என்பதை ஏற்கனவே

சத்யராஜ் சாரிடம் சொல்லியிருந்தோம். தயங்கிய அவரை, எம்.ஜி.ஆர். படத்தை உதாரணம் சொல்லி சரிக்கட்டியிருந்தோம்.)

'ஸாங்கோட ஸீக்வென்ஸ் என்ன சார்?' என கேட்டார் ஷோபனா.

"சத்யராஜ் சார்கிட்ட நீங்க ஒரு சவால் போடுறீங்க. அதை அவரும் ஏத்துக்கிறார். அந்த சவால்படி உங்க ரெண்டு பேருக்கும்

ஒரு போட்டி நடக்குது. கடைசியில...."

"கடைசியில...."

"கடைசியில சத்யராஜ் சார் ஜெயிச்சிடுறார்."

"அவர்கூட நான் ஃபைட் பண்ணணுமாக்கும்?"

"இல்ல மேடம்..."

"பின்ன?"

''நடக்குறது டான்ஸ் போட்டி. அதுல சத்யராஜ் ஜெயிச்சிடுறார்.''

நான் அப்படி சொன்னதுதான் தாமதம்... தன் காலில் கிடந்த காலணியைக் கழற்றி, 'அய்யோ அய்யோ' என தன் தலையில் தானே அடித்துக்கொண்டார் ஷோபனா.

"எப்படிப்பட்ட நாட்டிய பரம்பரையில வந்தவ நான். எனக்கு இப்படி ஒரு ஸீன் கிடைக்கணுமா?" என நொந்துகொண்டார்.

முறைப்படி நாட்டியம் கற்று, இன்று பல நாட்டிய தாரகைகளுக்கு குருவாகத் திகழும் நடிகை ஷோபனாவுக்கு 'நாட்டியப் பேரொளி' என புகழ்பெற்ற நடிகை பத்மினி அவர்கள் அத்தை முறை.

இப்படி நாடி, நரம்பெல்லாம் நாட்டியத்துல ஊறிய ஒரு பெண், நடனம் தெரியாத சத்யராஜிடம் தோற்கிற மாதிரி சும்மா ஒரு பேச்சுக்கு நடிக்கிறதா இருந்தாலும் கஷ்டமாத்தானே இருக்கும்?

"சரி... மேல சொல்லுங்க" என்றார்.

பாடல் காட்சியில் இடம்பெறும் விஷயங்களைச் சொன்னேன்.

பாடல் காட்சி எடுக்கும்போது நடன அசைவுகளை சத்யராஜ் ஞாபகத்தில் வைத்துக் கொள்வதற்காக பயிற்சியைக் கொடுத்துவிட்டு, நானும் புலியூர் சரோஜாவும் சில கோட் வேர்ட்களையும் சொன்னோம்.

கேமரா ஓடத் தொடங்கியதும் சத்யராஜுக்கு எதிர்புறம் நானும், புலியூர் சரோஜாவும் நின்றுகொண்டு "இப்ப வாத்து மாதிரி நடக்கணும், இப்ப கோழி மாதிரி கூவணும்'' எனச் சொல்லிச் சொல்லி எடுத்தோம். அந்த பாடல் காட்சியை எடுப்பதற்குள் எங்களுக்கு நாக்கு தள்ளிப் போச்சு.

ஷோபனா மீது சத்யராஜுக்கு காதல் ஏற்படும் காட்சியில், வழக்கம்போல இளையராஜாவின் ரொமான்ஸ் இசையால் காதல் வயப்படுவதாக வைத்திருந்தேன்.

காட்சிப்படி பார்த்தோம்னா... பாவடை சட்டையில் தான் வருவார் ஷோபனா. தன் தோழிகளோடு ஷோபனா வர... எதிரே சத்யராஜும், செந்திலும் போய்க் கொண்டிருப்பார்கள்.

"ஆமா... நீங்க எப்படிப்பட்ட பொண்ண எதிர்பார்க்குறீங்க?" என செந்தில் கேட்க...

"குயில் மாதிரி கூவணும், மயில் மாதிரி நடக்கணும், டிக்கியும்

நல்லா இருக்கணும், பேனட்டும் அசத்தலா இருக்கணும்" என்பார்.

கலைமணி சார் இப்படித்தான் டயலாக் எழுதிக் கொடுத்திருந்தார்.

இந்த டயலாக்கை சத்யராஜ் சொல்லி முடித்ததும், எதிரே வரும் ஷோபனாவைப் பார்த்துவிட்டு, "நீங்க எதிர்பார்த்த மாதிரியே ஒரு பொண்ணு வருது" என்பார் செந்தில்.

உடனே சத்யராஜ் ஷோபனாவைப் பார்ப்பார், ஷோபனா சத்யராஜைப் பார்ப்பார்... இந்த இடத்தில் மியூஸிக் மூலம் இருவருக்கும் இடையே ஒரு லவ் மூடு வருவதாக கதையில் திட்டமிட்டிருந்தோம்.

ஆனால் சத்யராஜோ... "சார்... இசையால மட்டும் காதல் வசப்படுற மாதிரியெல்லாம் நமக்கு சரிப்படாது. ஏதாவது லொள்ளுத்தனமான டயலாக் வைங்க. நான் பேசலேன்னாலும் என் கூட இருக்க செந்தில் பேசுற மாதிரியாவது வையுங்க" என்றார்.

அதனால் ஷூட்டிங் ஸ்பாட்டில் உட்கார்ந்து, லொள்ளுத்தனமான டயலாக்குகளை உடனுக்குடன் தயார் செய்து சொன்னேன்.

ஷோபனாவைப் பார்த்ததும் "யார்ரா இது... ஜாடிக்கி மூடியே இல்லாத மாதிரி ஒரு பார்ட்டி வந்துக்கிட்டிருக்கு?ன்னு நீங்க டயலாக் பேசுங்க சார்" என்றேன்.

நான் சொன்ன அந்த டயலாக்கைக் கேட்டுவிட்டு, சிரிப்பு தாங்கமுடியாமல் தெறித்து ஓடினார் சத்யராஜ்.

எம்.ஜி.ஆருக்கு ஆடத் தெரியாதா?

எம்.ஜி.ஆருக்கு மிகச் சிறப்பாகவெல்லாம் ஆடத் தெரியாது. அவர் புரொபஷனல் டான்ஸர் இல்லை. என்றாலும் எம்.ஜி.ஆருக்கு சுத்தமாக டான்ஸே வராது என்பதாக ஒரு பேச்சு எப்போதுமே இருக்கிறது.

'மன்னாதி மன்னன்' படத்தில் நாட்டியமாடியபடியே பாதங்களில் வண்ணம் நனைத்து ஓவியம் வரையும் போட்டி நடனத்தில் எம்.ஜி.ஆரும், பத்மினியும் ஆடுவார்கள். இறுதியில் எம்.ஜி.ஆர். ஜெயிப்பார். சுழன்றாடுகையில் கிறுகிறுத்து விழுந்துவிடுவார் பத்மினி.

'மதுரை வீரன்' படத்தில் எம்.ஜி.ஆரும், பத்மினியும் ஆடும் 'ஏய்ச்சுப் பிழைக்கும் தொழிலே சரிதானா எண்ணிப் பாருங்க' பாடலில் பத்மினிக்கு இணையாக உடல் அசைவுகளைச் செய்து ஆடியிருப்பார் எம்.ஜி.ஆர். இந்த நடனக் காட்சிக்காகவே 'மதுரைவீரன்' படத்தை சிறுவனாக இருந்த கமல்ஹாசன் நூற்றுக்கும் மேற்பட்ட முறை பார்த்ததாக ஒரு பேட்டியில் கூட தெரிவித்திருந்தார்.

எம்.ஜி.ஆர். நாடக உலகில் இருந்து சினிமாவுக்கு வந்தவர். அந்தக் காலத்தில் மிகவும் புகழ்பெற்று விளங்கிய மதுரை

'மன்னாதி மன்னன்' எம்.ஜி.ஆர்- பத்மினி

ஒரிஜினல் பாய்ஸ் கம்பெனி நாடகக் குழுவில் பெரும்பாலும் சிறுவர்களை வைத்துத்தான் நாடகம் நடத்துவார்கள்.

ஒரு கேரக்டரில் நடிப்பவருக்கு திடீரென உடல்நலம் சரியில்லாமல் போய்விட்டால், அந்த கேரக்டரை இன்னொருவர் செய்தாக வேண்டும். அதனால் ஒரு நாடகத்தில் பிரதான பாத்திரங்களின் பாடங்களையும் குழுவின் எல்லா நடிகர்களும் தெரிந்து வைத்திருப்பார்கள்.

அதிலும் மகரக்கட்டு உடைவதற்கு முந்தைய காலத்தில் எல்லா நடிகர்களும் நன்கு பாடும் திறமையும், நடனம் ஆடும் திறமையும் பெற்றிருக்க வேண்டும். அந்தத் திறமை இல்லாதவர்களுக்கும் கடுமையான பயிற்சியின் மூலம் பாடுவதற்கும், நடனம் ஆடுவதற்கும் பயிற்சி தரப்படும். ஆடும் போது நாட்டிய ஆசிரியர் சொல்லியபடி ஆடாவிட்டால் காலி

லேயே பிரம்பால் அடிப்பார் ஆசிரியர்.

ஆடவும், பாடவும் தெரியாதவர்கள் நாடகக் கம்பெனியில், குறிப்பாக மதுரை ஒரிஜினல் பாய்ஸ் கம்பெனியில் இடம்பெற முடியாது.

ஆனால் பல ஆண்டுகள் பாய்ஸ் கம்பெனி குழுவில் நடிகராக இருந்த எம்.ஜி.ஆர்., பாடவும், ஆடவும் நன்கு பயிற்சி பெற்றிருந்தார்.

சினிமாவில் பின்னணி பாடும் தொழில்நுட்பம் வந்ததால் எம்.ஜி.ஆர். பாடவில்லை. அதேபோல ஆக்ஷன் ஹீரோவாக தன் இமேஜை உருவாக்கிக்கொண்ட எம்.ஜி.ஆருக்கு நடனம் ஆடுவதும் அப்படியொன்றும் முக்கியத் தேவையாக இல்லாமல் போய்விட்டது.

மக்கள் திலகம் எம்.ஜி.ஆர். மட்டுமல்ல, நடிகர் திலகம் சிவாஜி கணேசனும் நாடக காலங்களில் பாடவும், நாட்டியம் ஆடவும் கற்றிருந்தார்.

கை-கால் கழுவ இளநீர்?!

ஒவ்வொரு படத்தை உருவாக்கும்போதும் ஒவ்வொரு விதமான அனுபவம் கிடைக்கும்.

'மல்லு வேட்டி மைனர்' படத்தை நான் இயக்கி முடித்த பின், 'முற்றுகை' படத்தை இயக்க ஒப்பந்தமானேன். இது ஆபாவாணன் தயாரித்த படம்.

இந்த இடத்தில் நான் ஆபாவாணன் பற்றிச் சொல்லியே ஆகவேண்டும்.

தமிழ் சினிமாவை பாரதிராஜாவும், பாரதிராஜாவின் அஸிஸ்டெண்ட்டுகளாக இருந்து டைரக்டரான பாக்யராஜ் உள்ளிட்ட நாங்களும், எஸ்.பி.முத்துராமன் சாரும் ஆண்டுகொண்டிருந்த காலம்.

திரைப்படக் கல்லூரி மாணவர்களுக்கு பெரிய ஸ்கோப் அமையாமல் இருந்தது. அந்தச் சமயத்தில் அரசு திரைப்படக் கலூரியில் படித்த ஆபாவாணன் ஒரு க்ரைம் த்ரில்லர் கதையோடு விஜயகாந்த்தைச் சந்தித்தார்.

தயாரிப்பு, இயக்கம் என எல்லாருமே திரைப்படக் கல்லூரியில் படிப்பை முடித்த புதியவர்கள்தான். கதையைக் கேட்ட விஜயகாந்திற்கு, கதை மிகவும் பிடித்துவிட்டது.

அதைத்தாண்டி... திரைப்படக் கல்லூரி மாணவர்களான இந்த புதுமுகங்களுக்கு ஆதரவு கொடுத்தே ஆகவேண்டும் என விஜயகாந்தே களத்தில் இறங்கி, ஜெய்சங்கர் உட்பட எல்லாருக்கும் போன் செய்து, 'நீங்க இந்தப் படத்தில் நடிக்கணும்... ஃபிலிம் இன்ஸ்டிடியூட் ஸ்டூடண்ட்ஸை நாம அங்கீகரிக்கணும்' எனச் சொல்லி கேன்வாஸ் செய்தார்.

விஜயகாந்த், சரிதா, கார்த்திக், சசிகலா, செந்தில், மலேசியா வாசுதேவன்... இவர்களுடன் சீனியர்களான ஜெய்சங்கர் மற்றும் ரவிச்சந்திரன் ஆகியோரும் நடித்தனர். அந்தப் படம்தான் 'ஊமை விழிகள்'.

இந்த படத்தோட பிரம்மாண்டமும், வெற்றியும் பரபரப்பா பேசப்பட்டது.

அதனால்தான் ஆபாவாணன் டீமை வச்சு, விஜயகாந்த் நடிப்பில் இப்ராஹிம் ராவுத்தர் 'உழவன் மகன்' படத்தைத் தயாரித்தார். இதுவும் பிரம்மாண்டமா தயாரானது.

எந்தளவுக்கு பிரம்மாண்டம்? அப்படிங்கிறதுக்கு ஒரு உதாரணம் சொல்றேன்...

கேப்டன் விஜயகாந்த்தைத் தேடி யார் வந்தாலும் வயிறார சாப்பாடு கிடைக்கும். இதை ஆரம்பத்துலருந்தே செய்து வந்தார்கள் விஜயகாந்தும், ராவுத்தரும். அதனால் விஜயகாந்த்-ராவுத்தர் சம்பந்தப்பட்ட படப்பிடிப்பில் படக்குழுவினர்களுக்கு பாகுபாடில்லாமல் நல்ல சாப்பாடு, தாராளமா கிடைக்கும்.

'உழவன் மகன்' படப்பிடிப்பில் கோபிசெட்டிப்பாளையம் பகுதியில நடந்துக்கிட்டிருந்தப்ப... சாப்பாடு விஷயத்தை கண்ணும், கருத்துமா பார்த்துக்கிட்டாங்க ராவுத்தர் ஃபிலிம்ஸ்ல தயாரிப்பு நிர்வாகத்தில் இருந்த என் நண்பர்களான (அம்மா கிரியேஷன்ஸ்) டி.சிவாவும், சௌந்தரும்.

அப்போ நல்ல வெய்யில் சீஸன். கொங்கு மண்டலத்துப் பக்கம் இளநீர் விளைச்சலுக்கு கேட்கவா வேணும்.

ஆயிரம் இளநியைச் சீவி, இளநீரை ஒரு பெரிய ட்ரம்ல நிரப்பி வச்சாங்க. இப்படி இளநீர் ட்ரம் வைக்கிறவங்க அதை எங்க வைக்கணும்?

சாப்பிடுற இடத்துக்கிட்ட வச்சிருக்கணும். ஆனா... இடம் மாறிப் போனதால் என்ன நடந்துச்சுன்னா... ட்ரம்ல இருந்தது தண்ணீர்னு நினைச்சு, சாப்பிட வந்தவங்கள்லாம் அதை மொண்டு மொண்டு கை-கால் கழுவி காலி பண்ணீட்டாங்க.

இப்படி எதை எடுத்தாலும் பிரம்மாண்டம்தான்.

நூறு மீட்டர் நீளத்துக்கு ட்ராக் போட்டு, அதுல ட்ராலி வச்சு, மாட்டு வண்டி ரேஸ் ஸீன் படம் எடுத்தாங்க.

இப்படி ஆபாவாணன் சார்ந்த, ஃபிலிம் இன்ஸ்டிடியூட் மாணவர்கள் எடுக்கிற படங்கள்லாம் மிகப் பிரம்மாண்டமாக பேசப்பட்டது.

ஆர்.வி.உதயகுமார் உள்ளிட்ட திரைப்படக் கல்லூரி மாணவர்களெல்லாம் ஆபாவாணனுக்குப் பிறகு தொடர்ச்சியா வர ஆரம்பிச்சாங்க.

அதுல ரொம்ப முக்கியமானவர் ஆர்.கே.செல்வமணி.

ஸீனையோ, கதையையோ திங்க் பண்ணும்போதுகூட வைட் ஆங்கிள்லதான் திங்க் பண்ணுவார் செல்வமணி. குண்டுச் சட்டியில குதிரை ஓட்டுறவர் இல்லை.

செல்வமணியோட முதல் படமே 'புலன் விசாரணை.' அது பிரம்மாண்டம்னா அடுத்து எடுத்த 'கேப்டன் பிரபாகரன்' அதைவிட பிரமாண்டம். இன்னைக்கி பிரம்மாண்ட டைரக்டரா ஷங்கர் இருக்கலாம். ஆனா அவருக்கெல்லாம் முன்னோடி செல்வமணிதான்.

(கேப்டன் பிரபாகரன்ல மன்சூர் அலிகான் சந்தனக் கடத்தல்காரனா அறிமுகமானார். சினிமாவில் டான்ஸராக இருந்த மன்சூரை பிரம்மாண்ட நடிகராக அறிமுகப்படுத்தினார். அதன் பின் முக்கியமான தமிழ் சினிமா நடிகர்களில் மன்சூரும் இடம்பிடித்தார். இதுல ஒரு விஷயம் என்னன்னா... டான்ஸர் மன்சூரை, நடிகர் மன்சூரா போட்டோ எடுத்து ராவுத்தரிடம் கொடுத்தது நான்தான். போட்டோவைப் பார்த்ததுமே 'இந்தாளு பெரிய நடிகரா வருவாரு' என கணித்தது சத்தியமா நானில்லை. ராவுத்தர்தான்.)

'**அ**வன் சத்தம் போடுற போராளி இல்ல... சாதிச்சுக் காட்டுற போராளி' என செல்வமணியைப் பற்றி எங்க டைரக்டர் பாரதிராஜா சொல்லுவார்.

பிரம்மாண்ட படங்களை மட்டும் தரலை அவர். சினிமா உலகம் என்கிற பெரிய பிரம்மாண்ட இண்டஸ்ட்ரியின் தலைமை அமைப்பான 'ஃபெஃப்சி' அமைப்பிற்கு தலைவராக இருக்கிறார். அதிலும் போட்டியின்றி தேர்ந்தெடுக்கப்பட்டார் செல்வமணி. 24 உறுப்பு சங்கங்களைக் கொண்ட அமைப்பிற்கு தலைவராக இருக்க எவ்வளவு சாதுர்யம் தேவை... துணிச்சல் தேவை.

'கேப்டன் பிரபாகரன்' விஜயகாந்த்

'பார்த்துக்கலாம்... சரி பண்ணிடலாம்... அப்படித்தான் சொல்வார்' செல்வமணி. உண்மையைச் சொல்வதானால் எங்களுக்கெல்லாம் 'காட்ஃபாதர்' செல்வமணி.

ஒரு ராத்திரி... ஒரு பாடல்!

பொதுவாக ஆர்.கே.செல்வமணிக்கு இரவு நேரத்தில் படப்பிடிப்பு நடத்துவது மிகவும் பிடிக்கும்.

இளையராஜாவிடம் 'கேப்டன் பிரபாகரன்' கதையோட்டத்தைச் சொன்ன செல்வமணி 'இந்தக் கதைக்கு பாடல்கள் தேவைப்படாது...' என்று சொன்னார்.

படம் எடுத்து முடிந்த பிறகு... 'ஒரு பாடல் காட்சி இருந்தால் நன்றாக இருக்கும்' என எல்லோரும் அபிப்ராயப்பட... படம் ரிலீஸ் வேளை நெருங்கிக்கொண்டிருந்த அவசரத்திலும் ஒரே ராத்திரியில் ஒரு பாடலை எடுத்து முடித்தார் செல்வமணி.

அதுதான் படத்தில் ரம்யா கிருஷ்ணன் ஆடும் 'ஆட்டமா... தேரோட்டமா' பாடல் காட்சி

பானுப்ரியா பேசிய கெட்டவார்த்தை!

பிரமாண்டங்களுக்கு பேர்போன ஆபாவாணன், ஆர்.கே.செல்வமணி... இவங்களுக்கு நைட் ஷூட்டிங்தான் பிடிக்கும். அவங்களோட ஸ்கிரிப்ட்ல பெரும்பாலான காட்சிகள் நைட் எஃபெக்ட்லதான் இருக்கும். ராத்திரியில பேய்த்தனமா வொர்க் பண்ணுவாங்க.

அதிலும் ஆபாவாணன் சாயங்காலம் ஆறு மணிக்குத்தான் பிரைட் ஆவார்.

அவரே விரும்பி வந்து என்னை 'முற்றுகை' படத்தை இயக்கித் தரச்சொன்னார்.

இதுல என்ன ஒரு தயக்கம்னா...

நாங்க காலைல ஆறுமணிக்கு ஸ்பாட்டுக்கு போய், ஏழு மணிக்கெல்லாம் முதல் ஷாட் எடுத்திடுவோம். சாயங்காலம் ஆறு மணி, சில சமயம் நைட் பத்து மணி வரைக்கும் ஷூட் பண்ணிட்டு வந்துடுவோம். மறுநாள் காலை ஆறுமணிக்கு ஸ்பாட்டுக்கு போயிருவோம்.

இது எங்க டைரக்டர் பாரதிராஜா சாரோட பேட்டர்ன். அந்த பேட்டர்ன்லதான் நானும் வொர்க் பண்ணுவேன்.

ஆனா... 'முற்றுகை' படத்தோட அனுபவம் எனக்கு வேற

மாதிரி இருந்திச்சு.

ஸ்டோரி டிஸ்கஷனுக்கே சாயங்காலம் நாலஞ்சு மணிக்குத்தான் ஆபாவாணன் வருவார்.

அப்போ ஜூனியர் விகடன் பத்திரிகைல ஒரு சம்பவம் பத்தின ஸ்டோரி ஒண்ணு வந்திருந்தது.

ஒருத்தன, இன்னொருத்தன் வெட்டிட்டு ஜெயிலுக்கு போயிடுறான். வெட்டுப்பட்டவன் செத்துப் போயிடுறான். செத்தவனோட பொண்டாட்டி தாலி அறுக்கமாட்டேங்கிறா. 'என் புருஷன கொன்னவனோட தலை உருண்டாதான் நான் என் தாலிய அறுப்பேன்'னு சொல்லிடுறா. அதுக்காக அந்த கொலைகாரனை ஜெயில்லருந்து ஜாமீன்ல எடுத்து, அவனை கொன்னு பழி தீர்த்துக்கிறா. இந்த உண்மைக் கதை அந்த பத்திரிகைல வந்திருந்தது. அதைப் படிச்சிட்டு ஸ்டோரி டிஸ்கஷன்ல சொன்னேன்.

'அதை கதைல சேர்க்கணும்'னு ஆபாவாணன் சொல்லிட்டார்.

'படப்பிடிப்பு நடக்குற வீடு, இதுவரைக்கும் சினிமாவுல காட்டப்படாத வீடா இருக்கணும்' என்றும் சொன்னார்.

மேட்டூரில் ஒரு பெரிய வீடு. இதுவரை ஷூட்டிங் எடுக்கப்படாத வீடு ஒன்றைக் கண்டுபிடித்து, அந்த வீட்டு உரிமையாளர் அம்மாவிடம் அனுமதி கேட்டேன்.

'அதுக்கென்னங்க தம்பி... தாராளமா எடுத்துங்கங்க' என்றார்.

முதல் காட்சியே கதைப்படி கொலையான கணவனின் உடல் முன் அமர்ந்திருக்கும் கீதாவின் தாலி அறுக்கப்படும் காட்சிதான்.

ஷூட்டிங் ஏற்பாடுகளை வேடிக்கை பார்த்துக்கொண்டிருந்த வீட்டு உரிமையாளர் பெண்மணி, திடீரென மயக்கம் போட்டு விழுந்துவிட்டார்.

படப்பிடிப்பை நிறுத்திவிட்டு, அந்தம்மாவை ஆசுவாசப் படுத்தினேன்.

மயக்கம் தெளிந்ததும் அந்தம்மா கேட்ட கேள்வி என்ன தெரியுமா?

'என்ன தம்பி... சினிமா ஷூட்டிங்னு சொன்னீங்க. நானும் சந்தோஷமா வீட்டைக் கொடுத்தேன். ஆனா... நாங்க வாழ்ற வீட்டுல இப்படி அமங்கலமா எடுத்ததுமே, தாலி அறுக்கப் போற ஸீன் எடுக்குறியேப்பா?' எனக் கேட்டு என்னுடன் சண்டைக்கு வந்துவிட்டார்.

'முற்றுகை' பானுப்ரியா

அதனால்... முதலில் ஷூட்டிங் பொருட்களை அங்கிருந்து அப்புறப்படுத்தி, முறையாக வேதம் படித்தவர்களை அழைத்து வந்து, அமங்கலம் கழிப்பதற்கான சில சாங்கித்யங்களைச் செய்து, வீடு முழுக்க மஞ்சள் நீர் தெளிக்கச் செய்து, அதன் பின் வீட்டை அந்தம்மாவிடம் ஒப்படைத்துவிட்டு வந்தோம்.

பிறகு... ஷூட்டிங்கிற்கு விடப்படும் ஒரு சிறிய வீட்டில், அந்த காட்சிகளின் தொடர்ச்சியை எடுத்து மேட்ச் பண்ணினேன்.

போலீஸ் அதிகாரியா சத்யராஜ் நடிக்க, பி.வாசு இயக்கத்தில் 'வால்டர் வெற்றிவேல்' படம் தயாராகிக்கிட்டிருக்கு.

'முற்றுகை' படத்தில பானுப்ரியாவை போலீஸ் ஆபீஸரா வச்சு நான் படம் எடுத்துக்கிட்டிருக்கேன். ரெண்டு படமும் ஒரே நேரத்துல தயாராகிக்கிட்டிருக்கு. ஒரே நாள்ல ரிலீஸ் பண்ணவும் தேதி குறிச்சாச்சு. ஆண் போலீஸ் அதிகாரியைவிட, பெண் போலீஸ் அதிகாரி மிடுக்கா இருக்கணும்னு, பானுப்ரியாவை கடுமையா வேலை வாங்குறேன். பானுப்ரியாவோ, ரொம்ப ஆர்வமா நடிக்கிறாங்க.

பானுப்ரியா மாதிரி ஒரு நடிகை கிடைப்பது கஷ்டம். அதுக்கு ஒரு உதாரணம் சொல்றேன்...

'30 குழந்தைகளை பிடிச்சு வச்சுக்கிட்டு பிளாக் மெயில் பண்றவனை சும்மா விடலாமா?' என்பது போல வசனம். கிராமங்களைச் சேர்ந்த ரெண்டாயிரம் மக்கள் சூழ்ந்திருக்க... அவர்கள் முன்பாக பானுப்ரியா எமோஷனலா பேசவேண்டிய காட்சி.

என்னதான் நடிகை என்றாலும், இவ்வளவு பேர்கள் முன்பாக எமோஷனலாக, கோபமாக பேசுவதில் ஒரு பெண்ணுக்கு தயக்கம் இருக்கத்தானே செய்யும். பானுப்ரியா அந்தக் காட்சியில் பேசிய வசனம் பேசிய விதம் எனக்கு திருப்தி தரவில்லை.

கட்... கட்... கட்....

பானுப்ரியாவை அழைத்துச் சென்று, ''எல்லாம் ஓ.கே. ஆனா... வசனம் பேசுறபோது போர்ஸா பேசினா இந்த இடத்துல நல்லாருக்கும். ஆனா... ஏதோ ஒரு தயக்கத்துல உங்களுக்கு போர்ஸா வசனம் பேச வரல. நான் சொல்ற மாதிரி செய்றீங்களா?'' என்று கேட்டேன்.

''சொல்லுங்க சார்...''

''கெட்டவார்த்தை பேசத் தெரியுமா?''

''என்ன சார் இது? இப்படியெல்லாம் கேட்குறீங்க?''

“இந்த ஸீன் நான் எதிர்பார்த்த மாதிரி, உங்களுக்கு பேர் கிடைக்கிற மாதிரி வரணும்னா... கெட்ட வார்த்தைதான் ஒரே வழி. முதல்ல சுத்தி இருக்கிற மக்களையெல்லாம் பார்த்திட்டு, கடத்தல்காரன் மேல அதீத கோபத்தை ஏற்படுத்திக்கங்க. ஏதாவது ஒரு கெட்ட வார்த்தையை மனசுக்குள்ள சொல்லிக்கிட்டு முதல்வரி வசனத்தைப் பேசுங்க. அப்புறமா ஒரு கெட்ட வார்த்தையை மனசுக்குள்ள சொல்லிக்கிட்டு, அடுத்த வரி வசனத்தைப் பேசுங்க...”

-இப்படி நான் சொன்னதும்,

அதிர்ச்சி மாறாமலே இருந்தாங்க.

“பத்து நிமிஷம் கழிச்சே ஷாட்டுக்கு வாங்க” எனச் சொல்லி விட்டு நான் ஸ்பாட்டுக்குள் போனேன்.

சிறிது நேரம் கழித்து வந்தார் பானுப்ரியா.

காக்கிச் சட்டைக்கே உரிய விறைப்போடு, அநீதிக்கு எதிரான ஆவேசக் குரலாய் அந்த வசனத்தைப் பேசினார்.

ஷாட் ஓ.கே. ஆனதும், சுற்றிலுமிருந்த ரெண்டாயிரம் பேர்களும் கைதட்டி, பானுப்ரியாவை பாராட்டினார்கள்.

லைவ்வில் பாராட்டு வாங்கிய மகிழ்ச்சியோடு வந்த பானுப்ரியாவைப் பார்த்துச் சிரித்தேன்.

அவரும் சங்கோஜமாக சிரித்தார்.

“சார்... நீங்க சொன்ன மாதிரியே... அங்கங்க மனசுக்குள்ள ஒரு கெட்ட வார்த்தையைச் சொல்லிச் சொல்லித்தான் வசனத்தைப் பேசினேன்” என்றார்.

நாங்கள் இருவரும் பலமாக சிரிப்பதன் ரகசியம் தெரியாமல் பார்த்தார்கள் யூனிட்டார்.

பாலா தப்பிச்சிட்டான்...

பிரபலங்களைத் தொற்றிய பிரமாண்ட வியாதி!

பிரமாண்டத்துக்கு பேர்போன ஆபாவாணனோட 'முற்றுகை' படத்தை இயக்கிய அனுபவத்தைச் சொல்லிட்டு வர்றேனில்லையா....

போலீஸ் அதிகாரி பானுப்ரியா ஆவேசமா பேசணும் கிறதுக்காக மனசுக்குள்ள ஊட ஊட ஒவ்வொரு கெட்டவார்த்தை சொல்லி, அப்புறமா டயாக்கை பேசச்சொன்னேன்.

அப்படியே பேசி ரெண்டாயிரம் பேர்கள் முன்னாடி அப்ளாஸ் வாங்கிய பானுப்ரியா, "சார், நீங்க சொன்ன மாதிரியே மனசுக்குள்ள கெட்ட வார்த்தைகளைச் சொல்லிட்டுத்தான் பேசினேன்" என்றார்.

நான் சிரித்துவிட்டேன். ஆனாலும் உள்ளூர சில சங்கடங்கள் எனக்கு.

நடிப்பை திருப்திகரமாக வாங்குறதுக்காக பானுப்ரியாவ கெட்ட வார்த்தை பேச வச்சிட்டோமேனு ஃபீலிங்கா இருந்தது.

பிரமாண்டமாவே சிந்திக்கிற ஆபாவாணன், 'படத்துல ஓபனிங்ல ஒரு பரிசல் போட்டி வரணும். அதுல ஹீரோ ஜெயிக்கிறான். ஹீரோ இண்ட்ரோ இந்த இடத்துலதான் வரணும், பரிசல் போட்டி நடக்கையில ஒரு பாடலும் இருக்கணும்'னார்.

மேட்டூர்லதான் பரிசல் போட்டி ஷூட்டிங். சுமார் இருநூறு பரிசல் போட்டியில கலந்துக்கிற ஏற்பாடு செஞ்சாச்சு.

அப்போ 'பரிசல் ஓட்டிகள்ல யாரோ ஒருத்தன் பாடுற மாதிரி ஓபனிங் இருக்கணும்'னு ஆபாவாணன் விரும்பினார்.

"இவ்வளவு பிரமாண்டமா நடக்கிற பரிசல் போட்டியில ஹீரோவே பாடுற மாதிரி இருந்தாத்தானே நல்லா இருக்கும் ஆபா" என நான் சொன்னேன்.

"வைதேகி காத்திருந்தாள் படத்துல, 'மேகங்கருக்கையிலே' என்கிற பரிசல் பாட்டு ஹீரோவோ, ஹீரோயினோ பாடல. கதை நாயகி அந்த பரிசல்ல இருப்பார். யாரோதான் பாடுவான். அந்த பாட்டு ஹிட்டாச்சு பாருங்க. அது மாதிரி இதுவும் நல்லா வரும். நாம ஏற்கனவே பேசினபடி ஹீரோ இண்ட்ரோ இருக்கட்டும். தண்ணீருக்கு அடியிலருந்து மேலெழும்பி, உரி பானையை உடைக்கிற அந்த இண்ட்ரோவே இருக்கட்டும்" என்றார்.

அதன்படியே என்னோட அஸிஸ்டெண்ட் பாலுவை பரிசல் ஓட்டியாக்கி, அவன் பாடுற மாதிரி எடுத்தேன்.

'ரெண்டு கண்ணும் ரெண்டு கரையிலயும் இருக்கும்'னு கிராமத்துல சொல்வாங்க. அந்த மாதிரி அகண்ட பார்வையில சிந்திப்பவர் ஆபா. விட்டா 360 டிகிரி கோணத்திலயும் காட்சிகளை கண்ணில் விஷுவல் பண்ணிப் பார்க்கக்கூடியவர். இந்த பிரமாண்ட வியாதிதான் பின்னாடி விஜயகாந்த், இப்ராஹிம் ராவுத்தர் உட்பட பலரையும் தொத்திக்கிச்சு. 'ஆபாவாணன் மாதிரி ஒரு படமாவது கிராண்டா எடுக்கணு' என தயாரிப்பாளர்களும் ஆசைப்பட்டாங்கன்னா பாருங்களேன்.

'முற்றுகை' படத்தையும் மிரட்டலா எடுத்து முடிச்சோம்.

அருண்பாண்டியன், பானுப்ரியா, ரஞ்சிதா, சீதா, ஆர்.பி.விஸ்வம், வெண்ணிற ஆடை மூர்த்தி, காந்திமதி, சார்லி, பாண்டு, விஜய கிருஷ்ணராஜ், சேதுவிநாயகம் மற்றும் பலர் நடித்தனர்.

இப்போ படத்துல டைட்டில் போடணும்.

கம்பெனி பேர்ல ஆரம்பிச்சு, தயாரிப்பாளர் பேர் வரைக்கும் போட்டுட்டு, கடைசியாத்தானே டைரக்டர் பேர் போடுவோம்...

இப்ப டைட்டில்ல என்னோட பேர் போடணும்... ஆனா அதுக்கு பொருத்தமான இடம் அமையல.

ஒருத்தன் (கதைப்படி அருண்பாண்டியன்) ஆக்ஸா

'முற்றுகை' அருண்பாண்டியன்- ரஞ்சிதா

பிளேடால் ஜெயில் அறை கம்பியை அறுக்கற இடத்தில் போடலாம்னா... டைரக்டர் நம்மள அறுக்கப் போறத ஸிம்பாலிக்கா காட்றான்னு சொல்லுவாங்க ஆடியன்ஸ்.

என்ன பண்ணலாம்?

அதுக்குப் பின்னாடி போடலாம்னா... தாலி அறுக்கிற சடங்கு ஸீன்.

'தாலி அறுத்திட்டாண்டா'னு சொல்லுவாங்க.

இப்படி ஒவ்வொரு இடமும் செண்டிமெண்ட்டா டைரக்டர்

பேரை போட வாய்ப்பில்லாம இருந்துச்சு.

அதனால ரெண்டாவது ரீல்லதான் என் பெயரைப் போட வாய்ப்பு அமைஞ்சது.

ஜெயில்லருந்து தப்பிக்கிற ஸீன். யாரோ ஒருத்தன் கத்துவான்...

'பாலா தப்பிச்சிட்டான்' என...

அந்த இடத்தில் 'இயக்கம் -மனோபாலா' என போட்டேன்.

'சென்டிமெண்ட்டா படம் தப்பிச்சிடும்கிற மாதிரி இருக்கட்டுமே'னு இந்த இடத்துல போட்டேன்.

இத எதுக்கு சொல்றேன்னா... சினிமாவுல சின்னச் சின்ன விஷயங்களைக்கூட சென்டிமெண்ட்டோட பொருத்திப் பார்த்துத்தான் செய்யணும்.

ஆபாவோட பழகினதாகட்டும்... கேமராமேன் செல்வா கூட பழகினதாகட்டும்... மறக்க முடியாதது. ஆபாவோட யூனிட்டே அதர் ஹேபிட்டான தண்ணி, சிகரெட்டுனு எந்த கெட்ட பழக்கமும் இல்லாம இருந்தாங்க. ஆனா... சாப்பாடு விஷயத்துல அசத்திருவாங்க. எந்தந்த ஹோட்டல்ல என்னென்ன ஸ்பெஷல்னு பார்த்துப் பார்த்து ஏற்பாடு பண்ணுவாங்க.

அப்படிப்பட்ட ஆபா இன்னைக்கி சோர்ந்துபோய் உட்கார்ந்திருக்கலாம். ஆபா... நீங்க மறுபடி சினிமாவுக்கு வரணும்னு இந்த தொடர் மூலமா உங்களை கேட்டுக்கிறேன்.

பிரமாண்டமா சிந்திக்கிற உங்களால இது முடியாத விஷயமில்லை.

வில்லன் மனோபாலா!

கதாசிரியர் ஆர்.பி.விஸ்வம் ஒரு நடிகராகவும் பிரபலமானவர். அவர் ஒரு பிரமாதமான ரைட்டர். அவர்தான் 'முற்றுகை' படத்துக்கு டயலாக் எழுதினார். ரொம்ப அன்பான மனிதர்.

"மனோபாலா சார்... நான் டைரக்டரா ஜெயிச்சிட்டா, என்னோட படங்கள்ல உங்களை வில்லனா நடிக்க வைப்பேன்" என்றார்.

விஸ்வம் கண்ணுக்கு எனக்குள்ள ஒரு வில்லன் இருப்பது தெரிஞ்சிருக்கு. ஆனா மத்த டைரக்டர்கள் கண்ணுக்கு எனக்குள்ள இருக்க காமெடியன் தெரிஞ்சிருக்கான்.

அதனாலதான் நகைச்சுவை நடிகரா ஆகிட்டேன் போல.

மீண்டும் சிவாஜி-சரோஜாதேவி ஜோடி!

ஒரே நேரத்தில் அப்பா-மகன் என இருவரையும் இயக்கிய பெருமை எனக்கு உண்டு.

நடிகர் திலகம் சிவாஜியப்பாவை வைத்து 'பாரம்பரியம்' படத்தை இயக்கினேன்.

பிரபுவை வைத்து 'மூடுமந்திரம்' படத்தை இயக்கினேன்.

இந்த இரண்டு படங்களின் படப்பிடிப்பையும் ஒரேசமயத்தில் மாறி, மாறி நடத்தினேன்.

'மூடுமந்திரம்' த்ரில்லர் சஸ்பென்ஸ் கதையம்சம் கொண்ட படம். ஏற்கனவே எங்க டைரக்டர் பாரதிராஜாவால் 'கடலோரக் கவிதைகள்' படத்தில் கம்பீரமான டீச்சராக அறிமுகமாகியிருந்த ரேகாவை, 'மூடுமந்திரம்' படத்தில் மிடுக்கான கலெக்டராக நடிக்க ஒப்பந்தம் செய்திருந்தோம்.

'மூடுமந்திரம்' பட வேலையை தொடங்கியிருந்த நேரத்தில் 'பாரம்பரியம்' படத்தை எடுத்தாக வேண்டும் என ஒருவர் விடாப்பிடியாக நின்றார்.

எஸ்.எஸ்.சந்திரன், டி.கே.சந்திரன் நடித்து மிகவும் பிரபலமாகியிருந்த நாடகம் 'பாரம்பரியம்'. இதன் கதையை கலைமணி சார்தான் எழுதியிருந்தார். இந்த நாடகத்தில்

நடித்ததற்காக இந்த இரண்டு சந்திரன்களும் பல்வேறு விருதுகளைப் பெற்றிருந்தார்கள் என்பது குறிப்பிடத்தக்கது. அந்தளவுக்கு மக்களால் வரவேற்கப்பட்ட நாடகம்.

'மூடுமந்திரம்' படத்தின் தயாரிப்பாளர் முத்துராமனும், 'பாரம்பரியம்' படத்தின் தயாரிப்பாளர் சசியும் ஒரே நேரத்தில் தங்களின் பட வேலைகளை தொடங்கும்படி நிற்கிறார்கள்.

ஏற்கனவே பிரபு சாரிடம் 'மூடுமந்திரம்' கதையைச் சொல்லி ஓ.கே. வாங்கிவிட்டேன்.

இனி 'பாரம்பரியம்' கதையை சிவாஜியப்பாவிடம் சொல்லி, அவரின் கால்ஷீட் பெற வேண்டும்.

"நீங்க எழுதின கதைதானே 'பாரம்பரியம்' நாடகம். அதனால் நீங்களே போய் சிவஜியப்பாகிட்ட கதையைச் சொல்லுங்க" என கலைமணியிடம் சொன்னேன்.

"இல்ல டைரக்டரே, நீங்க போனாத்தான் சரியா இருக்கும். 'பாரம்பரியம்' நாடகக் கதையைத்தான் படமா எடுக்கப்போறோம்னு சொன்னீங்கன்னாலே சிவாஜியப்பாவுக்கு தெரியும். அவருக்கு அந்தக் கதை நல்லாவே தெரியும். ஏன்னா அந்த நாடகக் கதை சிவாஜியப்பாவுக்காக எழுதினதுதான்" என்றார் கலைமணி சார்.

நானும், டி.கே.சந்திரனும், தயாரிப்பாளரும் போக் ரோடு அன்னை இல்லத்திற்குச் சென்றோம். சிவாஜியப்பாவைப் பார்த்து விஷயத்தைச் சொன்னோம்.

"என்ன படம்? என்ன கதைடா?" என சிம்மக்குரலோன் உறுமினார்.

"அது வந்துங்கப்பா..."

"ஆமா... நீ யாரு?"

நான் பாரதிராஜாவின் அஸிஸ்டெண்ட் என்பதில் தொடங்கி, இயக்கிய படங்களையும் சொன்னேன். பிரபு சாருக்கு 'மூடுமந்திரம்' கதை சொல்லியிருப்பதையும் சொன்னேன்.

"என்ன கதை"

'பாரம்பரியம்'

"பாரம்பர்யம்னா அந்த நாடகக் கதையா? டி.கே.சந்திரன் நடிச்சிருப்பானே. இந்தா இருக்கான்ல... ஏண்டா நீயும், எஸ்.எஸ்.சந்திரனும் நடிச்சிருப்பீங்களே, அந்த நாடகமா? அந்தக் கதைதான் எனக்குத் தெரியுமே... பெரிய பணக்காரன்... அடுத்தவங்களுக்கு கொடுத்துக், கொடுத்தே ஒண்ணுமில்லாம

'பாரம்பரியம்' படத்தில்... சிவாஜி- சரோஜாதேவி

போவான். ஒண்ணுமில்லாம போனாலும், கொடுக்கணும்னு நினைப்பான். அந்தக் கேரக்டர்ல நடிச்சியே... அதுதானே இந்தக் கதை?'' என சிவாஜியப்பா கேட்க...

''ஆமாங்க'' என டி.கே.சந்திரன் சொன்னார்.

''அந்தக் கதைதான். அதுல நீங்க நடிக்கணும்'' என்றேன்.

"அதுல உனக்கு ஜோடியெல்லாம் இருந்ததே" என சந்திரனைப் பார்த்துக் கேட்டார்.

அந்த நாடகத்தில் ஜெமினிசந்திரா எனும் நடிகை, டி.கே.சந்திரனுக்கு ஜோடியாக நடித்தார். வயதான தம்பதியாக, சினிமாவில் சிவாஜியப்பாவுக்கு யாரை ஜோடியாக நடிக்க வைப்பது? என்கிற குழப்பம் எனக்கு.

"சரோஜாதேவியம்மா நடிச்சா நல்லாருக்குமே"னு எனக்குத் தோணுச்சு.

சிவாஜியப்பாவிடம் 'பாரம்பரியம்' படத்தில் நடிக்க சம்மதம் வாங்கிக்கொண்டு திரும்பினோம்.

'அவர் நடிக்கிறதை நிறுத்தி ரொம்ப நாளாச்சு. சம்மதிப்பாரா?' என்கிற கேள்வியோடு சரோஜாதேவியம்மாவை ஒப்பந்தம் செய்ய உடனடியாக பெங்களூரு கிளம்பினேன்.

"வாழ்ந்து கெட்ட குடும்பம்னு கிராமங்கள்ல சொல்வாங்களேம்மா... அப்படியான ஒரு கதை. சிவாஜியப்பாவுக்கு ஜோடியா நீங்கதான் நடிக்கணும்" என்றேன்.

"நல்லாருக்கே மனோ... நான் நடிக்கிறேன்" எனச் சொல்லி சம்மதிச்சார் சரோஜாதேவியம்மா.

'பாரம்பரியம்' படத்தின் படப்பிடிப்பு தொடங்கியது.

"சரோஜா மேக்-அப்பை குறைச்சுக்கோ..."

"நீங்க மட்டும் ஃபுல் மேக்-அப் போட்டிருக்கீங்க?"

முந்திக்கொண்ட நட்சத்திரம்!

கதைப்படி சிவாஜியப்பா-சரோஜாதேவியம்மா தம்பதிக்கு மகளாக ஒரு புதுமுகத்தை அறிமுகம் செய்ய விரும்பினேன்.

எங்க டைரக்டர் பாரதிராஜாவிடம் அஸிஸ்டெண்ட்டாக நான் இருந்த காலத்திலிருந்தே ராதிகாவுடன் எனக்கு நல்ல நட்பு உண்டு. தமிழ்ப் படங்களில் நடிக்க முடியாதபடி, தெலுங்கில் பிஸியாகிவிட்ட ராதிகாவை, நான் டைரக்டரானதும், மீண்டும் தமிழுக்கு அழைத்துவந்தேன். எனது படங்களில் தொடர்ந்து நடித்தார் ராதிகா. அதனால் எங்களிடையே நல்ல புரிதல் உண்டு. ராதிகாவின் அம்மாவிடம் எனக்கு நல்ல பழக்கம்.

ராதிகாவுக்கு ஒரு தங்கை உண்டு என்பது எனக்குத் தெரியும். அவர்தான் நிரோஷா.

''பாரம்பர்யம் படத்துல சிவாஜி-சரோஜாதேவி மகளா, இளம் நாயகியா நிரோஷாவை அறிமுகப்படுத்த விரும்புறேன்'' என ராதிகாவிடம் சொன்னேன்.

என்னை நம்பி ராதிகாவும், அவரின் அம்மாவும் தங்கை நிரோஷாவை போட்டோ ஷூட் எடுக்க அனுமதித்தார்கள்.

போட்டோவில் திருப்தியாக இருந்ததால், நிரோஷாவை ஒப்பந்தம் செய்தேன்.

ஆக... தமிழ் சினிமாவில் மிக முக்கிய நாயகியாகத் திகழ்ந்த நிரோஷாவை... இன்று கேரக்டர் ஆர்டிஸ்ட்டாக இருக்கும் நிரோஷாவை, சினிமாவுக்கு அறிமுகப் படுத்தியவன் நான்தான்.

ஆனால் மணிரத்னத்தின் 'அக்னி நட்சத்திரம்' முந்திக் கொண்டு வெளியானதால், நிரோஷாவின் முதல் படமாக 'அக்னி நட்சத்திரம்' ஆனது.

இருபதில் அறுபது!

சிவாஜியப்பா-சரோஜாதேவியம்மா நடிப்பில் 'பாரம்பரியம்' படத்தை நான் இயக்கினேன்.

முதல்நாள் படப்பிடிப்பிற்கு வந்த சரோஜாதேவியைப் பார்த்தபோது எனக்கு ஷாக்!

'படகோட்டி' படத்தில் பின்கொசுவம் வைத்து, கெண்டைக்கால் வரை உயர்த்திக் கட்டிய சேலைக்கட்டுடன் வருவாரே... அந்தமாதிரி பின்கொசுவம் வைத்து சேலை கட்டியிருந்தார். அது நன்றாக இருந்தாலும், மேக்-அப்பை ஃபுல்லா ஏத்தியிருந்தார்.

ஷூட்டிங் இல்லாதபோதுகூட மேக்-அப்புடன் இருப்பவர், ரொம்ப நாளைக்குப் பிறகு நடிக்க வந்ததால் ஸ்ட்ராங் பவுண்டேஷன் மேக்-அப்பில் வந்துநின்றார்.

கதைப்படி வாழ்ந்து கெட்ட குடும்பத்துத் தலைவி சரோஜாதேவி. இவ்வளவு பளபளப்பாக மேக்-அப் போட்டிருந்தால் சரியாக வராதே.

எப்படி அவரிடம் சொல்வது? என எனக்குத் தயக்கம்.

நைஸாக சிவாஜியப்பாவிடம் போனேன்.

"அப்பா... கதைப்படி காசு பணம் இல்லாத குடும்பத்து

பெண்மணியா வரணும். ஆனா, இவ்வளவு மேக்-அப் போட்டிருக்காங்க... இது சரியா வராதுல்லப்பா" என்றேன்.

"அதெல்லாம் சொன்னா கேட்டுக்கிறுவாடா. பாலும் பழமும் பண்ணினவளாச்சே... கொஞ்சம் பொறு" என என்னிடம் சொல்லி விட்டு, சரோஜாதேவியைப் பார்த்தார்.

"சரோஜா இங்க வா... இவ்வளவு மேக்-அப்பெல்லாம் வேணாம். கண் மை ஜாஸ்தியா இருக்கு. அதை கொஞ்சம் குறைச்சுக்க... புரியுதா? இவ்வளவு மேக்-அப் வேணாம்னு டைரக்டர் சொல்றாரு. டைரக்டர் சொல்றதைத்தான் நாம கேட்கணும்" என்றார்.

"நீங்க மட்டும் இவ்ளோ மேக்-அப் போட்டிருக்கீங்க?" என சிவாஜியைப் பார்த்துக் கேட்டார் சரோஜாதேவி.

"தாத்தா வேஷம்னா மேக்-அப் இல்லாம நடிக்கலாம். அப்பா வேஷம்ல... அதான் லைட்டா மேக்-அப் போட்டிருக்கேன். சரி... சரி... போய் மேக்-அப்பை குறைச்சுக்கிட்டு வா, இல்லேன்னா உன் கேரக்டரை, இந்த டைரக்டர் பய பாட்டினு மாத்திறப் போறான்" என்றார்.

சிரித்துக்கொண்டே போன சரோஜாதேவி, மேக்-அப்பை கொஞ்சமே கொஞ்சம் டல் பண்ணிக்கிட்டு வந்தாங்க. அழகாக இருந்தது.

ஒரே ஷாட்டில் ஒரு சீன் கம்போஸ்பண்ணி வைத்திருந்தேன்.

அது என்னன்னா....

சிவாஜியப்பா அப்படியே தளர்வா நடந்து வருவார். அவரோட தோள்ல கிடக்கிற அங்கவஸ்திரம் கீழ விழும். அதைப் பார்த்திட்டு சரோஜாதேவியம்மா வந்து, அங்கவஸ்திரத்தை எடுத்து சிவாஜியோட தோள்ல போட்டு விட... உடனே சிவாஜி, 'நான் சொல்லாம தானா இந்த அங்கவஸ்திரம் எப்ப கீழ விழுந்துச்சோ... அப்பவே இந்த ரங்கமன்னார் செத்துட்டான்'னு சொல்லணும். உடனே சரோஜாதேவி, 'மனசில எதையும் போட்டு குழப்பாதீங்க. கடைசிவரைக்கும் உங்க கௌரவத்துக்கு எந்த பங்கமும் வராது' என்பதாக சிவாஜியை ஆறுதல்படுத்த வேண்டும்.

இந்த ஒரே ஷாட் சீன்ல ரெண்டுபேருமே சிலிர்க்கிற மாதிரி நடிச்சாங்க.

அதன் தொடர்ச்சியா... இரவில் தூங்க முடியாமல் தவிப்பார் சிவாஜி.

காசு, பணம் அப்பாகிட்ட இல்லேன்னதும்,

பிள்ளைங்கள்லாம் அப்பாவுக்கு எதிரி ஆகிடும். அதை நினைச்சு சோகமா நிற்பார். அப்போ சிவாஜி ஷோல்டர்ல சரோஜாதேவி கை வைப்பாங்க. சிவாஜி திரும்பிப் பார்த்து, ஏதோ சொல்ல வர... அந்தம்மா சிவாஜியோட வாயை, தன் கையால் பொத்துவாங்க. உடனே சிவாஜி அந்தக் கையை விலக்கிவிட்டு... 'ஒரு காலத்துல நான் பேசணும்னு நினைச்சதையெல்லாம் நீ பேசணும்னு நினைச்ச. இன்னிக்கும் நான் பேச நினைக்கிறத பேசவிடாம அடக்கிட்டியே' என்பார்.

இதுதான் அந்த காட்சியோட கான்செப்ட்.

ரெண்டுபேரும் நடிச்சு முடிச்சதும் ஒட்டுமொத்த யூனிட்டும் கை தட்டி பிரமிச்சாங்க.

'பார் மகளே பார்' படத்துக்குப் பிறகு வி.கே. ராமசாமியண்ணே, சிவாஜியப்பாவை எதிர்த்துப் பேசுற லென்த்தி டயலாக்.

அதாவது.... ஊரே திரண்டு நிற்கும்.

சிவாஜியப்பா கேரக்டர்... படத்துல வர்ற ரங்கமன்னார் கேரக்டர் இப்ப வெறும் காத்துல தான் வாழுது. அதாவது பழைய பந்தாவுல, பழைய செல்வாக்குல, பழைய கௌரவத்துலதான் ரெங்கமன்னார் வாழ்ந்துக்கிட்டிருக்கார். இப்ப அவர்கிட்ட ஒண்ணுமில்லங்கிறத ஊருக்கு முன்னாடி உடைச்சுச் சொல்ற மாதிரி வி.கே.ஆர். பேசணும்.

'உன்கிட்ட ஒண்ணுமில்லாததுனாலதான் உன்னை விட்டு எல்லாரும் போய்ட்டாங்க' என வி.கே.ஆர். சொல்லி முடிச்சதும்...

நிதானம் இழக்கும் நிலைக்கு வந்த வந்த சிவாஜி பதிலுக்கு... 'ராமு, உன்னை எங்க வைக்கணுமோ, அங்க வச்சிருக்கணும். கூடக் கூட வச்சிருந்ததாலதான்டா இப்படி காறித் துப்புற' என சிவாஜி பேசணும்.

சிவாஜி அப்படிப் பேசியதும்.....

'நாய் ஒண்ணுதாண்டா எஜமானுக்கு ஆபத்து வந்தா கத்தும். நான் நாய். கத்திட்டேன்'னு வி.கே.ஆர். சொல்லிட்டுப் போவார்.

"என்னப்பா நீ, சிவாஜிகிட்ட அப்பா... அப்பான்னு அப்படி உருகுற? பிரபு கூட அப்படி உருகாதுபோல. ராம் கூட (ராம்குமார்) அப்படி உருகாது போல... நீ உருகுறியே? சூரக்கோட்டைல பொறந்தவன் மாதிரியே சொல்றியே'' என வியந்து சொல்லுவார் வி.கே.ராமசாமி.

வி.கே.ராமசாமியண்ணன் பற்றி நிறைய சொல்லலாம்.

'பாரம்பரியம்' படத்தில்... சிவாஜி- சரோஜாதேவி

அவர்போல கேரக்டர் ரோலில் நடிக்க ஆளேது... பிரமாதம் பண்ணுவார்.

நாடக உலகத்துலருந்து நல்ல அனுபவத்தோட, சினிமாவில் ஹீரோவாக நடிக்கும் நோக்கத்தோடு இண்டஸ்ட்ரிக்குள் வந்தார். ஆனால் தன்னோட 19 வயசுல சினிமாவுல அறிமுகமாகி நடிக்க ஆரம்பிச்சாலும், அறிமுகப்படமே அப்பா வேஷம்தான்.

'ஹீரோவா நடிக்கணும்னு ஆசையோட வந்த நமக்கு, அப்பா வேஷம் கிடைக்குதே' என மனம் நொந்துபோனாலும், வந்த வாய்ப்பை விடக்கூடாதுனு வாலிப வயதில் வயசாளியா நடிச்சிருக்கார்.

வி.கே.ஆருக்கு கையெழுத்து நன்றாக இருக்குமாம். அதனால் அன்றைய புகழ்பெற்ற பாடலாசிரியர்களான தஞ்சை ராமையாதாஸுக்கும், உடுமலை நாராயணகவிக்கும், உதவியாளரா வேலை பார்த்திருக்கார்.

'ராமசாமி... வாடா... நான் சொல்லச் சொல்ல எழுதிக்க' என்பாராம் தஞ்சை ராமையாதாஸ்.

ஆடு திம்பாங்க அத பாக்கணும்
ஆன, புலி, கரடி போல
ஆடு திம்பாங்க அத பாக்கணும்

-இப்படி கவிஞர் சொல்லச் சொல்ல, எழுதி, பிரதியெடுத்துக் கொடுத்துவிட்டு, உடுமலையாரிடம் போவாராம்.

தஞ்சை ராமையாதாஸுக்கு கொஞ்சம் காது மந்தம். அதனால் வி.கே.ஆரிடம், 'அந்த செவிடன் என்ன எழுதினான்?' என கேட்பாராம்.

'ஆடு திம்பாங்க' என வி.கே.ஆர். சொன்னதும், 'நான் சொல்றேன் பாரு.... எழுதிக்கோ... பன்னு திம்பாங்க அத பாக்கணும்' என போட்டிக்கு எழுதுவாராம்.

இப்படி பொறாமை இல்லாத ஜாலியான போட்டி மனப்பான்மையுடன் இருந்து கலை வளர்த்திருக்காங்க.

பழம்பெருமை பேசிப் பேசி விக்கித்துப்போய் நடிக்க... சிவாஜியப்பாவை விட்டால் வேறு ஆள் ஏது? மிகச்சிறப்பாக நடித்திருந்தார் சிவாஜியப்பா. என்னை அவருக்கு மிகவும் பிடிக்கக் காரணமாக இருந்தது 'பாரம்பரியம்' படம்தான்.

அன்னை இல்லத்தின் முன்வாசல் வழியாகவும், பின் வாசல் வழியாகவும் செல்லக்கூடிய சலுகை எனக்குக் கிடைத்தது.

'பாரம்பரியம்' படம் சிறப்பாக இருந்தபோதும், தயாரிப்பாளர் மரணம் உள்ளிட்ட சில சிக்கல்களால் மூன்றாண்டுகள் தாமதமாகத்தான் வெளியானது.

"பாலா... இது என்னோட பெரியப்பா எம்.ஜி.ஆர் கிட்டருந்து நான் கத்துக்கிட்ட குணம்" என்றார் பிரபு...

மக்கள் சந்திப்பு!

'**பா**ரம்பரியம்' படப்பிடிப்பு நடந்துக்கிட்டிருந்த அந்தச் சமயம்... சிவாஜியப்பா 'தமிழக முன்னேற்ற முன்னணி' என்கிற கட்சியைத் தொடங்கி நடத்தினார். அதனால் ஒருவித அரசியல் பரபரப்போடு பொதுமக்கள், அவரை சந்திப்பது வழக்கமாக இருந்தது.

ஒருநாள் தன்னைச் சந்திக்க வந்த மக்களையெல்லாம் ஒரு காட்சியில் படம்பிடித்து படத்தில் சேர்க்கச் சொன்னார். நானும் அந்த மக்களை படம் பிடித்தேன்.

நிஜம்... நிழலானது!

சிவாஜியப்பா குடும்பத்தின் அன்னை இல்லம் வீட்டுக்கு முன்வாசல் வழியாகவும் போவேன், பின்வாசல் வழியாவும் போவேன். அந்த உரிமையை சிவாஜியப்பா குடும்பம் எனக்குக் கொடுத்திருந்தாங்க.

‘மூடு மந்திரம்’ பட ஷூட்டிங் சம்பந்தமாக பிரபு சாரை பார்க்கிறதுக்காக போனேன்.

பின் வாசலில் சேர் போட்டு உட்கார்ந்திருந்த சிவாஜியப்பா கேட்டார்...

“என்னடா... பிரபுவைத்தான் பார்க்க வருவீங்களோ? என்னையெல்லம் பார்க்க வரமாட்டீங்களா?”

“இல்லப்பா... பின்வாசல் பிரபுவுக்கு, முன்வாசல் உங்களுக்குன்னு சொன்னாங்கப்பா... அதான்”

“எவன்டா சொன்னது? என் குடும்பத்த இப்படி பிரிச்சி வச்சிருக்கானுகளா இந்தப் பயலுக?” எனக் கேட்டார்.

சிவாஜியப்பாவையோ, பிரபு சாரையோ வச்சு படம் பண்ற யூனிட் ஆட்களுக்கு எப்பவுமே சிவாஜியப்பா வீட்ல நல்ல மரியாதையும், உபசரிப்பும் இருக்கும்.

வயிறார சாப்பிட வச்சும் அழகு பார்ப்பாங்க.

பிரபு சார், ராம்குமார் சார் ரெண்டுபேருமே அருமையா ரிஸீவ் பண்ணுவாங்க.

பிரபு சாரை பற்றி முக்கியமா ஒரு விஷயத்தைச் சொல்லியே ஆகணும்.

பிரபு சார் முகத்தைப் பார்த்தாலே அந்த ஃப்ரெஷ்னெஸ் நமக்கும் வந்துடும்.

பிரபுவை நான் பார்க்கிற போதெல்லாம், முதல்ல அவர் கேட்கிற கேள்வி... 'மனோ, சாப்பிட வர்றியா? நல்லா சைவம், அசைவம் ரெண்டும் இருக்கு' என்பார்.

மெகா சைஸ் கேரியரில் வீட்டிலிருந்து சாப்பாடு வரும். அதை சக நட்சத்திரங்களுடன் பகிர்ந்து உண்பார் பிரபு.

இது எனக்கு வியப்பா இருக்கும்.

''பிரபு சார்... எப்படி சார்? வீட்லருந்து உங்களுக்கு ஸ்பெஷலா வர்ற சாப்பாட்டை மத்தவங்களும் சாப்பிடட்டும்னு நினைக்கிற குணம் உங்களுக்கு எப்படி வந்தது?'' என ஒரு முறை கேட்டேன்.

“பெரியப்பாவைப் பார்த்துத்தான்”

“பெரியப்பாவா?”

“மக்கள் திலகம் எம்.ஜி.ஆர்.தான்! தன்னோட வீட்டுக்கு வர்ற யாரும் சாப்பிடாமப் போகக் கூடாது, வயிறு காஞ்சு போகக்கூடாதுன்னு சொல்லுவார். அவர் சொல்லச் சொல்ல... அந்தக் குணம் எனக்குள்ள பத்திக்கிச்சு. அதனாலதான், என்ன செலவானாலும், எவ்வளவு பேர் எங்க வீட்டுக்கு வந்தாலும், அவங்களை உபசரிக்கிறதை எங்களோட குறிக்கோளா வச்சிருக்கோம்'' என்று சொன்னார் பிரபு.

நான் சுத்த சைவம். அதிகபட்சமாக ஷூட்டிங் ஸ்பாட்டில் தயிர் சாதம்தான்.

இதைப் பார்த்த பிரபு, “மனோ சைவம்... அதனால சைவத்துல நிறைய வெரைட்டி செஞ்சு அனுப்புங்க'' எனச்சொல்லி, தன் வீட்டிலிருந்து சைவ உணவையும் வரவழைத்து, “இந்த பொரியல் நல்லா இருக்கும், இந்த கூட்டு இன்னும் கொஞ்சம் போட்டுக்கங்க''ன்னு சொல்லிச், சொல்லி பறிமாறச் செய்வார்.

டிசம்பர் 31 பிரபுவோட பிறந்த நாள். 12 மணிக்கு மேல புது வருஷமும் பொறக்கும். அதனால் டிசம்பர் 31 சும்மா கோலாகலமா இருக்கும். நான், ராதிகா, ஸ்ரீதேவி, ஜெயப்பிரதா இப்படி... நிறைய நட்சத்திரங்களோட, பிரபு சாரின் பிறந்தநாளைக்

சிவாஜி, பிரபு, எம்.ஜி.ஆர்., ராம்குமார்

கொண்டாடுவோம்.

சிவாஜியப்பா வீட்டு டைனிங் டேபிளில் ஒரே சமயத்துல 25 பேர் வரைக்கும் உட்கார்ந்து சாப்பிடலாம். அவ்வளவு விஸ்தாரமானது.

வீட்டுக்குள்ள நுழைஞ்சதும் சிவாஜியப்பா நிற்கிற

கம்பீரமான புகைப்படம், சுற்றிலும் ரெண்டு யானைத் தந்தங்கள், வேட்டைத் துப்பாக்கி, வேட்டையாடப்பட்ட மான்கொம்பு, இப்படி கம்பீரமா இருக்கும்.

'தேவர் மகன்' படத்துல சிவாஜியப்பா வருவாரே... அச்சு அசலா நிஜத்துலயும் அப்படித்தான். இந்த நிஜம்தான், 'தேவர் மகன்'ல நிழலா படம் பிடிச்சுக் காட்டப்பட்டது.

'தேவர் மகன்' படம் முதல்ல வேறொரு பெயர்ல எடுக்கப்பட்டு, நின்னு போனது. அப்புறம் தான் 'தேவர் மகன்'னு டைட்டில் வச்சு, கதைக்காக மிகக்கடுமையா உழைச்சார் கமல்ஹாசன். சிவாஜியப்பாதான் இந்தக் கதையை சுமக்க முடியும்னு நம்பினார் கமல்.

'தேவர் மகன்' படத்துக்கு முன்னாடி எங்க குருநாதர் பாரதிராஜாவோட 'முதல் மரியாதை' படத்துல மேக்-அப் இல்லாம, சிவாஜியப்பா வீட்ல இருக்க பாணியிலேயே அந்தப் படத்துலயும் நடிச்சார்.

சிவாஜியப்பாவோட மறைவுச் செய்தி எனக்குத்தான் முதல்ல வந்தது. நானும், வடிவேலும் தான் சிவாஜியப்பா தலைமாட்டுலயே நின்னோம்.

முதல்ல ஒரு தடவை அட்டாக் வந்து, அப்பல்லோவுல சிவாஜியப்பாவ அட்மிட் பண்ணியிருக்க செய்தி கிடைச்சதும், நானும், ராதிகாவும் ஷூட்டிங் ஸ்பாட்லருந்து ஓடினோம்.

"அப்பா... கூடாது... ம்ஹூம்... எந்திரிச்சு வந்திருக்கப்பா"னு ராதிகா கலங்கிப் போச்சு.

அதுக்குப் பின்னாடி உடல்நலம் சரியாகி, நிறைய படங்கள்ல நடிச்சார். ஆனா எதிர்பாராத தருணத்துல, அவர் இறந்தது பெரிய இழப்பா இருந்தது.

சிவாஜியப்பாவை வச்சு 'பாரம்பரியம்' படத்தை நான் இயக்கினது எனக்கு மிகவும் பெருமை.

இன்னொரு பெருமையும் எனக்குக் கிடைச்சது. அது சோகமானதா இருந்தாலும் அது ஒரு பாக்கியம்தான். அதிலும் கடவுள் கொடுத்த பாக்கியம்.

பெசன்ட் நகர் மயானத்துல சிவாஜியப்பா உடலைச் சுமந்த பாக்கியம்தான் அது.

அழுவதா இருந்தாலும் அழகா அழணும்!

குன்னூர் கோமேதகம்!

'கடலோரக் கவிதைகள்' ரேகா என்னோட 'என் புருஷன்தான் எனக்கு மட்டும்தான்' படத்திலும், 'மூடு மந்திரம்' படத்திலும் நடிச்சாங்க.

'கடலோரக் கவிதைகள்' ஜெனிஃபர் டீச்சர் வேஷத்துக்கு புதுமுகத் தேர்வுக்காக வந்த ரேகாவை முதன்முதலில் போட்டோ எடுத்தது நான்தான்.

'கடலோரக் கவிதை'க்குப் பின் பெரிய ஸ்டாராக உயர்ந்துவிட்டார் ரேகா. ஆனாலும் நான் கால்ஷீட் கேட்டால், சென்ட்டிமெண்ட்டாக எனக்கு தேதிகள் ஒதுக்கிக் கொடுத்துவிடுவார். 'நோ' என்றே சொல்ல மாட்டார்.

'மூடு மந்திரம்' படப்பிடிப்பிற்காக குன்னூர் சென்றுவிட்டோம். ஆனால் படப்பிடிப்பு நடத்த ஏகக் கெடுபிடி. 'அங்க பெர்மிஷன் வாங்கணும், இவங்ககிட்ட பெர்மிஷன் வாங்கணும்'னு கண்டிஷன்ஸ். ஆனால் சொடக்குப் போடுற நேரத்துல எல்லா அனுமதியையும் வாங்கிக் கொடுத்தார் ரேகா.

ரேகா குன்னூர் பெண் என்பதால் 'குன்னூர் கோமேதகம்' என்றுதான் நான் அழைப்பேன்.

அழுகையின் சூட்சுமம்!

'பாரம்பரியம்' படத்தை டைரக்ட் பண்ணியதன் மூலம் சிவாஜியப்பாவோட நன்கு பழகுகிற வாய்ப்பு கிடைத்த மாதிரி, சரோஜாதேவியம்மா கூடவும் நன்கு பழகுற வாய்ப்பு கிடைச்சது.

இப்பவும் நான் பெங்களூரு போய்விட்டு வந்த தகவல் தெரிஞ்சா, ''மனோ... நீ ஏன் என்னை பார்க்க வரலை?''னு கேட்பார். அதனால் பெங்களூரு போனாலே அம்மாவைப் பார்க்காமல் வரமாட்டேன்.

அம்மாவோட வீட்டுக்குப் போய்ட்டா, சாப்பிடாம அனுப்பமாட்டார். "மனோ... உனக்காக... மைசூரு மசால் தோசை பண்ணீருக்கேன். ஃபில்டர் காபி கலந்திருக்கேன். சாப்பிட்டுத்தான் போகணும்'' என்பார். இப்படி பலமுறை சரோஜாதேவியம்மா வோட சமையலை ருசிச்சு சாப்பிட்டிருக்கேன்.

அந்தக்கால சினிமா முதல் இந்தக் கால சினிமா வரைக்கும் அப்பப்பா... பல அபூர்வமான விஷயங்களையெல்லாம் பேசுவார். நானும் எனக்குத் தெரிந்த விஷயங்களை ஷேர் பண்ணிக்குவேன்.

'தமிழக மக்கள் எப்படி இருக்காங்க?'

'மெட்ராஸ் எப்படி இருக்கு?'

இந்த ரெண்டு கேள்வியையும் கேட்காம இருக்கமாட்டார்.

"ஏம்ம்மா... தமிழ் மக்கள் மேல இவ்வளவு பிரியமா இருக்கிற நீங்க, பிறகு ஏம்மா மெட்ராஸை விட்டுட்டு, பெங்களூருல செட்டில் ஆனீங்க?" என நான் ஒருசமயம் கேட்டேன்.

"என்ன இருந்தாலும் நான் கன்னடத்துக்காரிதானே மனோ? 'கன்னடத்துப் பைங்கிளி'னு தானே எனக்கு பேர் வச்சாங்க. அதுக்காக என் சொந்த ஊரையும் மறக்கக்கூடாதில்லையா? அதான் இங்க செட்டில் ஆனேன். ஆனாலும், தமிழையும், எம்.ஜி.ஆரையும் என்னால மறக்கவே முடியாது. எம்.ஜி.ஆர் மாதிரி மக்கள் மேல பாசம் உள்ள ஒரு தலைவர் இனி கிடைப்பாங்களா?"

-எனச் சொல்லிவிட்டு எமோஷனலானார்.

தொடர்ந்து சொன்னார்.... "சிவாஜி ஃபேமிலியையும் என்னால மறக்க முடியாது மனோ. நான் ஒரு விஷயம் சொன்னா ஆச்சரியமா இருக்கும்... சிவாஜி குடும்பத்தோட சொந்தப் படம் 'புதிய பறவை'. நான் பிஸியா இருந்ததால் இந்தப் படத்துக்காக ஒன்பது நாட்கள்தான் கால்ஷீட் கொடுத்தேன். ஆனா அதை வச்சு, டே அண்ட் நைட் ஷூட்டிங் பண்ணி படத்தை பிரமாதமா எடுத்தாங்க. என்னோட கேரக்டரையும் சிறப்பா எடுத்தாங்க. அப்புறம் ரெண்டு தடவை, மூணு நாள், ரெண்டு நாள் கால்ஷீட் கொடுத்தேன். அதிகபட்சம் 15 நாள் கால்ஷூட்தான். ஆனா.. படத்தை ரொம்ப பிரமிப்பா எடுத்திருந்தாங்க. இதுக்கு காரணம் சிவாஜியோட கடும் உழைப்பு" -எனச் சொன்னார்.

"நீங்க நடிச்சுக்கிட்டிருந்த காலத்துல உங்களை, நாங்கள்லாம் கனவுக் கன்னியாவும் ரசிச்சிருக்கோம், நல்ல நடிப்புக்காகவும் ரசிச்சிருக்கோம். உங்களைப் போல, கிளாமரும் நடிப்பும் ஒருங்கிணைந்த ஒரு நட்சத்திரத்தைப் பார்க்க முடியாதும்மா" என நான் அவரிடம் சொல்வதுண்டு.

சரோஜாதேவியின் மாபெரும் வெற்றிக்கு, சரோஜாதேவிக்கு எம்.ஜி.ஆர் சொல்லிக் கொடுத்த ஃபார்முலா முக்கிய காரணம்.

'அழுவதா இருந்தாலும் அழகா அழு. மூஞ்சியை கோணலா வச்சுக்கிட்டு அழாத' என்கிற சூட்சுமத்தை எம்.ஜி.ஆர்.தான் சொல்லிக் கொடுத்திருக்கிறார்.

'**அ**ழுவதா இருந்தாலும் அழகா அழு' என்று சரோஜாதேவிக்கு, எம்.ஜி.ஆர் சொன்னது போல, ராதிகாவுக்கு சொல்லிக் கொடுத்தவர் ராதிகாவின் தந்தை எம்.ஆர்.ராதா.

ராதிகாவோட கண்ணீர் காட்சிகள் கூட, அருவருப்பில்லாம

சரோஜாதேவி

ஆடியன்ஸ் மனசுல பதிஞ்சிடும். அதுக்கு உதாரணமா 'கிழக்குச் சீமையிலே' படத்தைச் சொல்லலாம்.

பொதுவா சிறப்பாக, கண்ணீரையும் ரசிக்கும்படி நடிக்கிறதுல பேர் பெற்ற நடிகைகள் சில உத்திகளைக் கையாளுவாங்க. கிளிசரின் போட்டு நடிப்பாங்க. அப்போ கிளிசரினால் கண்கள்ல லேசா எரிச்சல் ஏற்படும். அப்படியே நடிச்சுக்கிட்டே இருப்பாங்க. அந்த எரிச்சல் உச்சகட்டமாகும்போது, ஸீன்ல இடம் பெருகிற அம்மா கேரக்டரையோ, ஹீரோ கேரக்டரையோ கட்டிப்பிடிச்சு, கண்ணை மூடிக்குவாங்க.

'ஆஹா... என்ன பிரமாதமான நடிப்பு' என ஆடியன்ஸ் நினைப்பாங்க. ஆனா அது கிளிசரினோட எரிச்சலை சமாளிக்க பண்ற உத்திங்கிறது ஆடியன்ஸுக்கு தெரியாது.

அப்படியே தத்ரூபம் போல நடித்துக் காட்டுவதுதானே நல்ல நடிப்பு.

அப்படி நடித்த நடிகைகளைகளைப் பாராட்டணும்னா... 'கொன்னு கொலையறுத்துருக் காங்கன்னுதான் பாராட்டணும். **நா**ன் தயாரிப்பாளரான அனுபவம் இருக்கே......

இதுதான் சார் வாழ்க்க!

சத்யா மூவீஸ் சார்பில் ஆர்.எம்.வீ. தயாரிப்பில் ரஜினியை வைத்து நான் இயக்கிய 'ஊர்க்காவலன்' படம் சூப்பர் ஹிட்டடித்தது. படத்தின் நூறாவது நாள் வெற்றி விழாவில் கலந்துகொண்டு எங்களுக்கு கேடயம் தர சம்மதித்திருந்தார் புரட்சித் தலைவர் எம்.ஜி.ஆர்.

அந்த இனியநாளை நாங்கள் ஆவலோடு எதிர்பார்த்துக் கொண்டிருந்தபோது, விழா நடப்பதற்கு சில தினங்கள் முன்பாக மக்கள் திலகம் இயற்கை எய்தினார்.

ராஜாஜி ஹாலில் தலைவரின் உடலைப் பார்த்துவிட்டு, ஒருவிதமான மனநிலையில் அழுதேன். ஒன்று -எம்.ஜி.ஆர். இறந்துவிட்டாரே என்கிற துயரம். இன்னொன்று -ஏற்கனவே 'அலைகள் ஓய்வதில்லை' படத்திற்காக எம்.ஜி.ஆர் கையால் விருது வாங்கியிருந்தாலும், 'ஒரு டைரக்டராக தலைவர் கையால் விருது வாங்கப்போகிறோம்' என்கிற மகிழ்ச்சியில் இருந்தபோது,

தலைவர் இறந்துவிட்டாரே... அதனால் வெளியே வந்தபிறகும் குமுறி அழுதேன்.

அதன்பின் எம்.ஜி.ஆரின் துணைவியார் வி.என்.ஜானகியம்மாள் முதல்வராகி, அவர் கலந்து கொண்ட முதல் நிகழ்ச்சியே வள்ளுவர் கோட்டத்தில் நடந்த 'ஊர்க்காவலன்' பட விழாதான்.

ஜானகியம்மாள் தலைமையேற்று ரஜினி, ராதிகா, நான் உள்ளிட்ட படக் குழுவிற்கு கேடயங்கள் வழங்கினார்.

விருது விழாவின்போது என்னிடம் ரஜினி சொன்ன விஷயம் இன்னும் மனதில் பதிந்திருக்கிறது.

"மனோ, ஒரு சின்ன விஷயம். நாலைந்து நாள்ல எப்படி மாறீருச்சு பார்த்தீங்களா? எம்.ஜி.ஆர். சார் கையால வாங்க வேண்டிய ஷீல்டை அம்மா கையால வாங்குறோம். இதுதான் சார் வாழ்க்க. ஏதோ ஒரு முக்கியத்துவம் மிஸ்ஸான மாதிரி இருக்கில்ல மனோ. ஆனாலும் அவர் கையால வாங்குறது ஒரு அழகுன்னா... அம்மா கையால ஷீல்டு வாங்குறது ஒருவித அழகு மனோ" என்றார்.

"ஆமா சார்... எனக்கு வருத்தம்தான். ஆனா யாரோ மூணாவது மனுஷர் கையால வாங்குறதவிட, அம்மா கையால வாங்குறதை தலைவர் கையால வாங்குறதாதான் நான் நினைச்சுக்கிறேன்" என்றேன்.

வேட்டை நடத்திய வேட்டை!

படத்துறையில் எனக்கு நண்பர்கள் அதிகம். என்னோட நட்பு வட்டாரம் ரொம்பப் பெரியது. மணிவண்ணனை எப்படி நேசிச்சேனோ, அப்படித்தான் ரங்கராஜையும் நேசிச்சேன்.

நிறைய டைரக்டர்கள் என்மேல் பாசமா இருக்காங்கன்னா... அதுக்குக் காரணம், நான் யார்கிட்டேயும் மனக்கசப்பு வர்ற மாதிரி நடந்துக்க மாட்டேன். என்னைப் பொறுத்தவரைக்கும் எல்லாருமே எனக்கு நண்பர்களா இருக்கணும். யாரும் நமக்கு எதிரிகளா இருக்கக்கூடாதுனு நினைக்கிறவன் நான். சிலபேரை எதிரிகளா மாற்றக்கூடிய சூழ்நிலைகூட உருவாகும். ஆனா நான் அதுக்கு இடம் கொடுக்க மாட்டேன். ஆனாலும் சிலர் என்னை எதிரியா பார்ப்பாங்க.

எனக்கு ரொம்ப நெருக்கமான நண்பராக இருந்த நடிகர் அரவிந்த்சாமி என்னை எதிரியா பார்க்கிற சூழ்நிலையை சிலர் உருவாக்கிட்டாங்க.

ஒரு வகையில் எனக்கு உறவினர் தான் நண்பர் அரவிந்த்சாமி. நான் தயாரிச்ச சதுரங்க வேட்டை-2 படத்துல ஹீரோவாக நடிச்சிருக்கார். படத்தை வெளிநாடுகளில் ரிலீஸ் பண்ண, ரிலீஸ் தேதி முடிவு செய்யப்பட்ட நேரத்தில், மலேசியா,

சிங்கப்பூரில் சென்ஸார் சர்டிபிகேட் வாங்க வேண்டியிருந்ததால், அந்தச் சமயத்தில் அரவிந்த்சாமி பிஸியாக இருந்ததால், அவசரம் கருதி, அரவிந்த்சாமி கேரக்டருக்கு டம்மி வாய்ஸ் போட்டு... அதாவது வேறொரு நபரை பேச வைத்து படத்தின் காப்பி ரெடி பண்ணி அனுப்பிவைத்தேன்.

இப்படி டம்மி வாய்ஸ் பயன்படுத்திவிட்டு, பிறகு சம்பந்தப்பட்ட நடிகரின் ஒரிஜினல் வாய்ஸை பயன்படுத்துவது சினிமாவில் நடைமுறையில் இருக்கிற விஷயம் தான்.

ஆனால்...

உங்களோட வாய்ஸுக்குப் பதிலா டம்மி வாய்ஸ் போட்டு, தமிழ்நாட்டுலயும், வெளிநாட்டுலயும் படத்தை ரிலீஸ் பண்ண பிளான் போட்டிருக்கார் மனோபாலா என சிலர் சொன்னதை நம்பி, என் நெருங்கிய நண்பரான அரவிந்த்சாமி, எனக்கு எதிராக கோர்ட்டில் வழக்குப் போட்டுவிட்டார்.

பொதுவாக சினிமா உலகில் நட்சத்திரங்களின் சம்பள பாக்கி என்பது அவர்கள் டப்பிங் பேச வரும்போது செட்டில் செய்யப்படும். செட்டில்மெண்ட் பண்ணவில்லையென்றால் டப்பிங் பேச மாட்டார்கள். இதுதான் நட்சத்திரங்களின் பிடிமானம். இதனால் தான் டம்மி வாய்ஸுடன் படத்தை ரிலீஸ் பண்ணப் போறாங்க என சிலர் சொன்னதை நம்பி, படத்தை வெளியிடவிடாமல் வழக்குப் போட்டுவிட்டார் அரவிந்த்சாமி.

இந்த மாதிரியெல்லாம் இல்லாததும் பொல்லாததுமாக சொல்லி உறவுகளையும், நட்பையும் கெடுத்தாங்களே ஒழிய, யாரும் இந்தப் படம் நல்லபடியா வெளிவரணும்னு நினைக்கவில்லை.

எனக்கும், அரவிந்த்சாமிக்கும் இடையேயான நட்பை கெடுக்காமல் இருந்திருந்தால் "தம்பி, பணத்தை இப்போ பெரிசு பண்ணாதீங்க. படம் நல்லா வந்துருக்கு. அது நல்லபடியா ரிலீஸான நமக்கெல்லாம் நல்ல பேரு கிடைக்கும்'' என நான் சொல்லியிருப்பேன்.

அரவிந்த்சாமியும், பணத்தை பெரிதுபடுத்தாமல் விட்டிருப்பார். அந்தளவுக்கு பெருந்தன்மையானவர் தான் அரவிந்த்சாமி.

ஆனா... அவரோட எதிரியாவே என்னைப் பார்க்கிற அளவுக்கு, அவரை மாத்திட்டாங்க. அதுதான் என்னால தாங்க முடியாத வேதனையா, இன்னிவரைக்கும் அந்த மனவருத்தம்

இருக்கு. படத்தை வெளியிடுறதுக்கான போராட்டமும் நாலு வருஷமா.... இன்னிவரைக்கும் நடத்திக்கிட்டிருக்கேன். கூடிய சீக்கிரம் எல்லா பிரச்சினையும் கலைஞ்சு, படம் ரிலீஸ் ஆகிற தருணம் உருவாகியிருக்கு. அது ஒரு சந்தோஷமான விஷயம்.

நான் திரைப்பட தயாரிப்பாளரா ஆனேன் அப்படிங்கிறதைவிட, அந்த சூழ்நிலைக்குத் தள்ளப்பட்டேன்னுதான் சொல்லணும். படம் தயாரிக்கணும்கிற எண்ணத்தில் நிறைய கதைகள் கேட்டிருக்கேன். நான் கேட்டு செலக்ட் பண்ணின கதைகள் அப்படியே வேற கம்பெனிகள்ல படமாகி சூப்பர் ஹிட் ஆகியிருக்கு.

ஏன் நம்மால் படம் தயாரிக்க முடியலை? அப்படிங்கிற கேள்வி எனக்குள்ள இருந்துக்கிட்டே இருந்தது.

ஒரு டைரக்டர் என்ன சொன்னார்னா.... 'படம் தயாரிக்கிறதுன்னா ஒரு பேனர் வேல்யூ இருக்கணும்ல சார்' என்றார்.

'பேனர் வெல்யூவா? படம் தயாரிச்சா தானே பேனர் உருவாகும். முதல் படம் தயாரிக்கிற நிறுவனத்துக்கு பேனர் வேல்யூன்னா... நல்ல கதை தானே. அப்ப நல்ல கதையைப் பிடிக்கணும்' என முடிவு செய்தேன்.

நல்ல கதை தேடின என் முதல் முயற்சியிலேயே கிடைத்தவர்தான் நலன் குமாரசாமி. 'சூது கவ்வும்' படத்தின் டைரக்டர். பல படங்களின் கதாசிரியரான நலன் நலன் குமாரசாமியை போனில் தொடர்பு கொண்டு, "ஒரு நல்ல இருந்தா சொல்லுப்பா, நான் படம் தயாரிக்கப் போறேன். என்கிட்ட பெரிசா காசு பணம் இல்லை. ஆனா ஒரு பார்ட்னரை சேர்த்துக்கிட்டு, நல்ல கதையா, சின்ன பட்ஜெட்ல படம் தயாரிக்கலாம்னு இருக்கேன்" என்றேன்.

"சார்... ஒரு நல்ல கதை இருக்கு. அந்தக் கதையை நான் கேட்கல. எங்கம்மா கேட்டுட்டு அருமையா இருக்குனு சொன்னாங்க. அந்த கதைக்கு உரியவரை உங்ககிட்ட அனுப்பி வைக்கிறேன்" னு சொன்னார்.

நலன் குமாரசாமி அனுப்பி வச்சவர்தான் இன்னிக்கி பெரிய டைரக்டரா இருக்க, என் மகன் போன்று நான் நினைக்கக்கூடிய, ஹெச்.வினோத். என்கிட்ட சொன்ன கதை அருமையா இருந்தது. கிட்டதட்ட அஞ்சு வருஷமா இந்தக் கதை இண்டஸ்ட்ரிய சுத்திக்கிட்டிருந்திருக்கு. கதை கேட்ட யாருமே இந்தக் கதையை

சரிவர புரிஞ்சுக்கல.

வினோத் இந்தக் கதையை சொல்ல வந்தப்போ... "சார்... எனக்கு கதையைச் சொல்ல வராது. நீங்க இந்த ஸ்கிரிப்ட் புக்கை படிச்சுக்கங்க" என்றார்.

நமக்கு அது சரிப்படாது. கதையைக் கேட்டுக்கேட்டே, கதையைச் சொல்லிச் சொல்லியே பழக்கப்பட்டவன், அதனால்... "தம்பி அது சரியா வராது. கதையே சொல்ல வராதுன்னா எப்படி படம் எடுக்கிற நம்பிக்கை வரும். உங்களுக்கு எந்தளவு , எந்த மாதிரி சொல்ல வருமோ... ஒரு குழந்தை சொல்றாப்ல கூட நீங்க கதையைச் சொல்லுங்க. அப்புறமா ஸ்கிரிப்ட் புக்கை படிச்சிக்கிறேன். நீங்க கதையைச் சொன்னாத்தான் ஒரு முடிவுக்கு வர முடியும்" என்றேன்

சுமார் 45 நிமிடங்களில் கதையைச் சொன்னார் வினோத்.

கதையைக் கேட்டதுமே என் மைண்ட்டுக்குள்ள பரபரனு ஆகிடுச்சு. உடனே சஞ்சய் என்கிற என் நெருங்கிய நண்பருக்கு போன்செய்து, வினோத் சொன்ன கதையைப் பத்திச் சொன்னேன். கதை கேட்கிறது உள்ளிட்ட விஷயங்களையெல்லாம் நீங்களே பார்த்து முடிவு பண்ணிக்கிட்டுச் சொல்லுங்க. நாம சேர்ந்து படம் தயாரிக்கலாம்னு சஞ்சய் ஏற்கனவே சொல்லியிருந்தார்.

அதனால் அவருக்கு போன் செய்து, "இந்தக் கதையை படமாக்கலாம்"னு சொன்னேன்.

உடனே சம்மதிச்சு வந்தார்.

இருவரும் சேர்ந்து ஒரு சின்ன தொகையான பத்தாயிரம் ரூபாயை அட்வான்ஸாக வினோத்திற்கு கொடுத்தோம்.

என்னோட ஆபீஸ்லேயே பின்புறம் ஒரு அறை தயார் செய்து, எல்லா வசதிகளையும் செய்து கொடுத்து, வினோத்தை அங்கே உட்காரச் செய்தேன்.

"இந்தக் கதைக்கு யாரை ஹீரோவாக நினைச்சிருக்கீங்க? முன் கூட்டியே சொன்னீங்கன்னாதான் அவங்கவிட்ட பேசி கால்ஷீட் வாங்க முடியும்" என்றேன்.

"சார்... சில படங்கள்ல நடிச்ச பிரபல கேரமாமேன் நட்டி என்கிற நட்ராஜ் சரியா இருப்பார்."

எனக்கு ஷாக்!

"என்னப்பா... நீ? அவரு பிஸியான கேமாராமேன்ப்பா. அவருக்கு நடிக்கணும்னு ஆசை. ஒண்ணு, ரெண்டு படங்கள்ல நடிச்சிருக்கார். அவர் புரொபஷனல் நடிகரில்லையே. கேமராமேன்

‘சதுரங்க வேட்டை-2’ அரவிந்த்சாமி- த்ரிஷா

தானே...?”

“இல்ல சார்... நட்டி சரியா இருப்பார்”

“எதனால அவரைக் கேட்கிற?”

வினோத் சொன்ன பதில் எனக்கு வியப்பை ஏற்படுத்தியது.

நான் திறந்த கதவில் நானே சிக்கினேன்!

ஹெச்.வினோத் சொன்ன 'சதுரங்க வேட்டை' கதை எனக்கு ரொம்பப் பிடிச்சது.

"ஹீரோ யாரு வேணும். முன் கூட்டியே சொன்னாத்தானே பேச முடியும். உடனே கால்ஷீட் வாங்க முடியாதுல்ல. அதனால் யார் வேணும்னு சொல்லுங்க தம்பி" என்று கேட்டேன்.

அவர் கொஞ்சமும் தாமதிக்காமல், பிரபல கேமாரமேன் "நட்டி என்கிற நட்ராஜை இந்தக் கதைக்கு நடிக்கவைக்கலாம்" எனச் சொன்னார்.

"தம்பி அவரு கேமராமேன். ஏதோ ஆசைக்கு ஒண்ணு, ரெண்டு படங்கள்ல நடிச்சிருக்கார். அவர் புரொபஷனல் நடிகர் இல்லை" என்றேன்.

"இல்ல சார்... வாழ்க்கைல அடிபட்டு, கஷ்டப்பட்டு முன்னேறின 35 வயசுக்கிட்ட இருக்க ஒருத்தன்தான் இந்தக் கதைக்கு சரியா இருப்பான். நட்டி சரியா இருப்பார் சார்" என மிகச் சரியான காரணத்தைச் சொன்னார் வினோத்.

அது என் மனசில் பளிச்னு பட்டது.

நட்டி நட்ராஜோட செல்போன் நம்பரைத் தேடினேன். அவர் முதன்முதலில் வைத்திருந்த அந்த நம்பர்தான் இருந்தது.

போட்டுப் பார்க்கலாம் என போட்டேன்.

நட்டிதான் எடுத்தார்.

எனக்கு வியப்பாக இருந்தது. ஆரம்பத்தில் பயன்படுத்திய நம்பரை மாற்றாமல் வைத்திருந்தார். இப்படி நம்பர் மாற்றாமல் வைத்திருப்பது.... குறிப்பாக சினிமாவில் ஒருவரின் வெற்றிக்கு முக்கிய காரணம்.

"நட்டி...எங்க இருக்க?"

"ஒரிஸாவுல ஒரு ஷூட்டிங்ல இருக்கேன். சொல்லுங்க டைரக்டர் சார்"

"இல்ல தம்பி, கதை ஒண்ணு கேட்டேன்... எனக்கு ரொம்ப பிடிச்சிருந்தது"

"யாரு சார்? வினோத்துனு ஒரு பையன் வந்து கதை சொன்னானா?"

"உனக்கு எப்படித் தெரியும் நட்டி?"

"வினோத் சொன்ன கதையை நான் ஏற்கனவே கேட்டுட்டேன். சூப்பரான கதை சார்"

"உனக்கு இந்தக் கதைல நடிக்க விருப்பமா நட்டி?"

"சார்... எனக்கு ஏழு நாள் டைம் கொடுங்க;. நான் வந்து சொல்றேன்"

என் பட கேமராவுமன் விஜயலட்சுமிகிட்ட ஒர்க் பண்ணினதால் நட்டியோட டேஸ்ட் எனக்குத் தெரியும். பல மொழிப் படங்கள்ல பெரிய கேமாராமேனா வொர்க்பண்ணி, நல்ல வசதியோட இருப்பவர் நட்டி.

நட்டி என் அலுவலகத்திற்கு வந்தார். நடிக்க சம்மதம் சொன்னார். வினோத்துக்கு பத்தாயிரம் ரூபாய் அட்வான்ஸ் கொடுத்தது போக, என் கையில் ஒரு லட்சத்து 80 ஆயிரம் ரூபாய் இருந்தது. ஷூட்டிங் தொடங்கினோம்.

மண்ணுளி பாம்பு விற்கிறவங்க பத்தின கதைங்கிறதால் அதுக்கேத்த லொகேஷனை ராமநாதபுரம் மாவட்டத்துல பிடிச்சார் வினோத். இளவரசு போர்ஷன் வர்ற வீடு ஒரு செட்டியாருடையது. அவர் இலவசமாகவே ஷூட்டிங் நடத்திக்கொள்ள எனக்கு அனுமதியளித்தார்.

வினோத்தோட திறமையை சும்மா சொல்லக்கூடாது.

'ரெண்டு மாருதி 800 கார் வேணும்' என வினோத் கேட்டார்.

ஏற்பாடு செய்து கொடுத்தேன்.

அந்த காரை வச்சு ட்ரோன் ஷாட் போல என்னென்னவோ

டெக்னிக் ஷாட்ஸ்களை எடுத்தார் வினோத்.

'சதுரங்க வேட்டை' படம் இவ்வளவு பெரிய வெற்றியைப் பெறும்னு நாங்க நினைச்சே பார்க்கல. சாதாரணமா நடந்தது ஒரு பெரும் வெற்றிப் படத்தோட படப்பிடிப்பு.

இந்த மொத்த வெற்றிக்கும் காரணம் ஒன் அண்ட் ஒன்லி டைரக்டர் வினோத் மட்டும் தான். 'பிக்ஸர்ஸ் ஹவுஸ்' என்கிற என் பேனரையே உசரத்துக்கு தூக்கி விட்டுட்டார்.

'சதுரங்க வேட்டை' படத்தில் நிறைய புதுமுகங்களை அறிமுகப்படுத்துவது பரபரப்பாக பேசப்பட்டுக் கொண்டிருக்க... பத்திரிகையாளர்கள் வியப்படைந்தார்கள்.

டைரக்டர் புதுமுகம், கேமராமேன் புதுமுகம், எடிட்டர் புதுமுகம். "ஏன் சார்... நீங்க தயாரிக்கிற படத்துல இவ்வளவு புதுமுகங்களை அறிமுகப்படுத்துறீங்களே... ஏன் சார்?" என்று கேட்டனர்.

'சதுரங்க வேட்டை' படத்தில்

''பொங்கல் வைக்கிறதுக்கே பானையை புதுசா வாங்கும்போது, ஒரு படம் எடுக்குறோம்... அதுல புதுமுகங்களை நிறைய அறிமுகப்படுத்தக்கூடாதா?'' என்று கேட்டேன்.

நான் பேசினதெல்லாம் நல்லாத்தான் இருந்துச்சு. ஆனா... நடைமுறை வேறமாதிரி இருந்துச்சு.

என்னோட தயாரிப்பு கம்பெனியான 'பிக்ஸர்ஸ் ஹவுஸ'க்கு லோகோ என்ன தெரியுமா?

ஒரு கதவு திறப்பது போல கம்பெனி லோகேவை டிஸைன் பண்ணியிருந்தேன். அதற்குக் காரணம்... 'திறக்கப்படும் இந்த அந்தக் கதவு வழியாக பல திறமையான இளைஞர்கள் சினிமாவுக்குள் வரட்டும், நமது கம்பெனியில் தொழில்நுட்பக் கலைஞர்களாக பல புதியவர்களை அறிமுகப்படுத்து வோம்' என்கிற நல்ல நோக்கில்தான், ஓவியனான நான் இந்த லோகோவை வடிவமைத்தேன். ஆனால்... நான் திறந்த கதவில் நானே சிக்கிக் கொண்டு விட்டேன். 'சதுரங்க வேட்டை' படத்தை வெளியிட விடாமல் என்னை முடக்கிப் போடுவதற்கான முயற்சிகள் நடந்தது. அந்த முட்டுக்கட்டைகளை தள்ளிக்கிட்டு, நான் தப்பிச்சு வர்றதுக்குள்ள ஐயோடானு ஆகிடுச்சு.

அது என்ன?

மூன்று கோடி!

டைரக்டர் லிங்குசாமியோட 'திருப்பதி பிக்ஸர்ஸ்' தங்களோட சொந்தப் படங் களைத் தாண்டி, பல நல்ல படங்களையும் மொத்தமா வாங்கி வெளியிடுவாங்க. 'திருப்பதி பிக்ஸர்ஸ்'தான் 'சதுரங்க வேட்டை' படத்தையும் வாங்கியது.

படம் வெளியாகி ஒரே ஒரு காட்சியின்போது மட்டும்தான் தியேட்டர்கள்ல பாதியளவு, முக்கால் அளவு இருக்கைகள்ல மட்டும் ஆடியன்ஸ் இருந்தாங்க. அடுத்தடுத்த ஷோக்கள்லருந்து ஹவுஸ் ஃபுல்தான். சும்மா சொல்லக் கூடாது 'திருப்பதி பிக்ஸர்ஸ்' மிகப்பிரமாதமா விளம்பரம் செஞ்சாங்க. சுமார் மூணு கோடி ரூபாய்க்கும் மேல விளம்பரத்துக்காகவே செலவு செஞ்சாங்க!

பிரபல நடிகரும், டைரக்டரும் சேர்ந்து என்னை மிரட்டிய சம்பவம்!

ஹெச்.வினோத் இயக்கத்தில், நட்ராஜ், இளவரசு, பொன்வண்ணன் நடிப்பில், நான் தயாரிச்ச 'சதுரங்க வேட்டை' படம் பார்த்த சென்ஸார் போர்டு குழுவினர், இப்படி ஒரு கதையம்சத்தோட படம் வந்ததே இல்லைனு பாராட்டினாங்க.

ரெண்டோ, மூணோ கட்தான் கொடுத்தாங்க.

படம் ரிலீஸுக்குத் தயாரா ஃபர்ஸ்ட் காப்பி ரெடியாகி வந்துவிட்டது.

அப்பத்தான் தெரிஞ்சது, படம் தயாரிக்கிறது பெரிய விஷயமில்ல. படத்தை ரிலீஸ் பண்றது இருக்கே.... அதுதான் கொடூரமான நிகழ்வு. நிறைய கசப்பான அனுபவங்கள்.

நான் ஏற்கனவே சொன்ன மாதிரி, திறமைசாலிகளை வரவேற்க நான் திறந்து வச்ச கதவு இடுக்குல நானே மாட்டிக்கிட்டு ரொம்ப கஷ்டப்பட்டுட்டேன்.

படத்தை வாங்கி, ரிலீஸ் பண்ண விரும்பினார் ஒரு பிரபல டைரக்டர். அவர்கூட சேர்ந்து ரிலீஸ் பண்ண விரும்பினார், இப்ப பிரபலமா இருக்கிற வில்லன் நடிகர். ரெண்டுபேருக்கும் படத்தைப் போட்டுக் காண்பிச்சேன். படம் பார்த்து ரசிச்சு, அசந்துபோன அந்த டைரக்டர் எனக்கு முத்தமெல்லாம் கொடுத்து

பாராட்டினார்.

"ஓ.கே. படத்தை வாங்கிக்கலாம்னு இருக்கோம். பிசினஸ் பேசலாம் வாங்க"ன்னு தி.நகர்ல இருக்க ரெசிடென்ஸி டவர்ஸ் ஹோட்டலுக்கு கூட்டிப் போனார் டைரக்டர்.

சாகவாசமா மத்த விஷயங்களை பேசிக்கிட்டிருந்த டைரக்டர், டப்புனு விஷயத்துக்கு வந்தார்.... "படத்தை 80 லட்ச ரூபாய்க்கு கொடுத்திடுங்க" என்றார்.

எனக்கு கடும் அதிர்ச்சியாக இருந்தது.

இந்தப் படத்தைத் தயாரிக்க ஆன செலவு, வட்டியும், முதலுமாக இரண்டு கோடியே நாற்பது லட்ச ரூபாய்.

அந்த டைரக்டர் கேட்பதோ செலவில் மூன்றில் ஒரு பங்கு விலைக்குத்தான்.

"என்னங்க இது அநியாயமா இருக்கு" என்றேன்.

பலிச்ச மட்டும் பார்க்குறதுன்னு ஊர்ல சொல்வாங்க. அந்த எண்ணத்துலதான் அந்த விலையைச் சொல்லியிருக்கார். என் அதிர்ச்சியைப் பார்த்துவிட்டு, "இல்ல மனோ... நான் தமிழ்நாடு தியேட்டர்கள்ல வெளியிடுற ரைட்ஸை மட்டும்தான் கேட்கிறேன். மத்த ஏரியா, எஃப்.எம்.எஸ்., சாட்டிலைட் ரைட்ஸையெல்லாம் நீங்க வித்துக்கங்க" என்றார்.

"இல்லங்க... அப்படியெல்லாம் பிரிச்சுப் பிரிச்சு விற்கிற ஐடியா இல்ல. எல்லா ரைட்ஸையும் சேர்த்து மொத்தமா கை மாத்தி விடுறதுதான் எங்களோட டீல். நீங்க படத்தை வாங்கிக்க ஆசைப்பட்டதால்தான் நான் பிசினஸ் பேச உங்ககூட வந்தேன்" என்றேன்.

நான் அப்படிச் சொன்னதும் 'சட்'டுனு அந்த டைரக்டருக்கு கோபம் வந்துடுச்சு. அந்த கோபத்தை மேலும் மேலும் கொந்தளிப்பா ஏத்திவிட்டார் அந்த டைரக்டருடன் வந்த நடிகர்..

"இந்தப் படத்தை எங்களுக்கு கொடுக்கலைன்னா... இந்த இடத்தை விட்டு... இந்த ஹோட்டலைவிட்டு நீ வெளிய போக முடியாது" என்றார் அந்த நடிகர்.

எனக்கு பெருத்த அதிர்ச்சி.

"முதல்ல உன் டிரைவருக்கு போன் போட்டு, நீ வந்த காரை எடுத்திக்கிட்டு, உன் ஆபீஸுக்கு போகச் சொல்லு. டீலிங் முடிஞ்சதும் எங்க கார்ல நீ உன் ஆபீஸுக்கு போகலாம்" என்றனர் இருவரும்.

நான் இன்னும் நிலைகுலைந்து போனேன். டிரைவருக்கு

போன் போட்டு, காரை எடுத்துக் கொண்டு ஆபீஸுக்கு போகச் சொன்னேன்.

“நீ இப்ப என்ன பண்றன்னா... இந்தப் படத்தை நாங்க சொல்ற விலைக்கு எங்களுக்கு எழுதிக் கொடுத்திடு. அப்பத்தான் நீ வெளியில போக முடியும்” என டெரராகப் பேசினார் அந்த வில்லன்.

நான் எதிர்பாக்காதது இந்த திரட்டன். அந்த டென்ஷன்லயும் எனக்கு ஒரு வியப்பு... “என்னடா இது... வெளி உலகத்துக்கு பெரிய மனுஷங்களா இருக்கிற இவங்க... இவ்வளவு கேவலமா நடந்துக் கிறாங்களே” என்கிற வியப்புதான்.

அதே சமயம்... இப்ப இவங்க கிட்டருந்து தப்பிக்கணுமேனு மனசு கிடந்து அடிச்சிக்கிது.

அவர்கள் என்னை கண் காணிச்சுக்கிட்டே இருந்தாங்க.

பதட்டத்தோட டைம் போய்க்கிட்டிருந்தது.

நான் அவர்களுக்கு சாதக மாக இருப்பதுபோல் நடிக்க வேண்டியிருந்தது. அதை நம்பி, அவர்கள் கொஞ்சம் அசந்த நேரத்தில்.. ஹோட்டலின் பல மாடிகளிலிருந்து படிக்கட்டு வழியாகவே.... ஓட்டமும், நடையுமாக கீழே வந்தேன்.

தி.நகர் ஜி.என். ஷெட்டி சாலை வழியாக வேக வேகமாக நடந்தேன். கொஞ்சம் பாதுகாப்பான தொலைவுக்கு போனபின், என் டிரைவருக்கு போன்செய்து காரை கொண்டுவரச் சொன்னேன்.

சிறிது நேரத்தில் கார் வந்தது. ஏறி அலுவலகத்திற்குச் சென்றேன்.

என்னால் இப்போதும்கூட ஜீரணித்துக்கொள்ள முடியாத சம்பவம் அது.

நான் சினிமாவில் ஒரு பிரபலமாக இருந்தும் கூட மிரட்டப்பட்டது எனக்கு அவமானமாக இருந்தது. ஆனால் இந்தச் சம்பவத்தை, நான் இதுவரை யாரிடமும் சொல்லவில்லை.

"நான் இதை வெளியில் சொன்னால்... அந்த டைரக்டரும், நடிகரும் என்னை மிரட்டினாங்க" எனச் சொன்னால் யாருமே நம்ப மாட்டார்கள்.

"ஏதோ ஒரு நல்ல கதையம்சம் உள்ள படத்தைத் தயாரிச்சிட்டானாம். என்னென்ன கதைவிடுறான் பாருங்க" என்று என்னைத் தான் கிண்டல் பண்ணுவார்கள்.

எனக்கே கூட "இவுங்களா இப்படி?" என நம்ப முடியாமல் இருந்தபோது மற்றவர்கள் எப்படி நம்புவார்கள்?

சினிமா படம் தயாரித்த எனக்கு, சினிமாவில் வரும் மிரட்டல் சம்பவத்தைவிட மோசமான அனுபவம் கிடைத்தது.

ஆமா... ரீலை விட டெரராத்தான் இருந்தது இந்த ரியல் அனுபவம்.

இதன் பிறகு...

சினிமா உலகில் இருக்கிற பெரும்பாலான விநியோகஸ்தர் களுக்கு 'சதுரங்க வேட்டை' படத்தைப் போட்டுக் காண்பித்தேன்.

படம் பார்த்த எல்லாருக்குமே பிடித்திருந்தது. ஆனால் மிகக் குறைவான விலைக்குத்தான் படத்தை கேட்டார்கள்... ஏதோ சிண்டிகேட் வைத்து ஏலம் கேட்பதுபோல.

மும்பையிலிருந்து வந்த சிக்னல்....

ஆசைகாட்டி கடத்தப்பட்ட டைரக்டர்!

நான் தயாரித்த 'சதுரங்க வேட்டை' படத்தின் தியேட்டர் வெளியீட்டு உரிமையை, குறைந்த விலைக்கு தங்களுக்குத் தரவேண்டும் என பிரபல நடிகரும், டைரக்டரும் சேர்ந்து என்னை தி.நகர் ரெஸிடென்சி டவர் ஹோட்டலில் வைத்து மிரட்டியதையும், சமயம் பார்த்து அங்கிருந்து நான் தப்பியதையும் கடந்த அத்தியாயத்தில் சொல்லியிருந்தேனல்லவா...

என்னை மிகுந்த மனவருத்தத்திற்கு ஆளாக்கியது அந்தச் சம்பவம்.

படத்தை விற்பதற்காக பிரபல விநியோகஸ்தர்கள் பலருக்கும் படத்தைப் போட்டுக்காட்டியபோது, படம் சூப்பராக இருப்பதாகப் பாராட்டினார்களே தவிர அடிமாட்டு விலைக்கே கேட்டார்கள்.

அந்தச் சமயம், டைரக்டர் லிங்குசாமியின் திருப்பதி பிரதர்ஸ் நிறுவனம் நல்ல கதையம்சம் உள்ள படங்களை வாங்கி வெளியிட்டு வந்தது.

'அஞ்சான்' படப்பிடிப்பிற்காக மும்பையில் இரவுபகலாக படப்பிடிப்பு நடத்திக் கொண்டிருந்தார் லிங்குசாமி. அவருக்கு போன் செய்து, விஷயத்தைச் சொல்லி, கண்டெண்ட்டை

அனுப்பி வைத்தேன்.

'வாங்கணும்னு கட்டாயப்படுத்தல. படம் பிடிச்சிருந்து, வாங்க விரும்பினா டீல் பேசலாம்' என்றேன்.

படத்தோட முக்கியமான ஃபோர்ஷன்களை இரவு எட்டு மணிவாக்கில் மும்பையில் இருந்தே பார்த்த லிங்குசாமிக்கு படமும், அதன் புதிய கதை அமைப்பும் பிடித்துப் போக, உடனே சென்னைக்கு, தன் தம்பி போஸிடம் பேசி, 'இந்தப் படத்தை நாம தான் வாங்குறோம். நீ உடனே மனோபாலா சார்கிட்ட பேசி, கமிட் பண்ணு' எனச் சொல்லிவிட்டார்.

படத்தை மொத்தமாக வாங்கிக்கொள்ள பிசினஸ் பேசினார்கள். அது நல்லபடியாக முடிந்தது.

படத்திற்கு ரிலீஸ் தேதி குறித்த நிலையில், படத்தின் டைரக்டர் ஹெச்.வினோத் என் ஆபீஸ் பக்கமே வரவில்லை.

அப்புறம் தான் தெரிந்தது, வினோத்தை கடத்திவிட்டார்கள் என்று. ஆமாம்... எங்க கம்பெனியில பெரிய பட்ஜெட் படம் நீ டைரக்டர் பண்ணப் போற என ஆசை வார்த்தை சொல்லி, திருப்பதி பிக்ஸர்ஸ் நிறுவனம், வினோத்தை தங்கள் பிடிக்குள் கொண்டு சென்றுவிட்டது.

இது சினிமாவில் சகஜம் தான்.

ஒரு நிறுவனம், புதியவர்களை தேடிப் பிடித்து, அறிமுகப்படுத்தும். அவர்களின் படம் வெற்றி பெற்றதும், அதற்கு முன் அவர்களைக் கண்டுகொள்ளாத பிரபல நிறுவனங்கள் கூட, அவர்களை தங்கள் நிறுவனத்துக்கு தூக்கிச் சென்று உபசரிக்கும்.

அறிமுகப்படுத்தும் நிறுவனமோ 'உங்களை அறிமுகப்படுத்துறோம். அதனால எங்களுக்கு உங்க அடுத்த படத்தையும் பண்ணித் தரணும்' என பேச்சு நடத்தியிருக்கும்.

நானும், வினோத்திடம் "தம்பி, நீ எங்களுக்கு உன்னோட அடுத்த படத்தையே பண்ணணும்கிற அவசியம் இல்ல. ஆனா... ஏதாவது ஒரு கேப்ல எங்களுக்கும் ஒரு படம் பண்ணித் தரணும்" எனச் சொல்லியிருந்தேன்.

"கண்டிப்பா பண்றேன் சார்" எனச் சம்மதித்திருந்தார் வினோத். (ஆனால்... 'சதுரங்க வேட்டை' வெளியான பிறகு அவர் மாறிவிட்டார். அது தனிக் கதை. அதை பிறகு பேசலாம்)

ஓ.கே., திருப்பதி பிரதர்ஸ் பெரிய கம்பெனி. வினோத்துக்கு அதுல ஒரு நல்ல வாய்ப்பு அமைஞ்சது மகிழ்ச்சி தான் என நினைத்துக் கொண்டேன்.

'சதுரங்க வேட்டை' படம் வெளியானது. திருப்பதி பிரதர்ஸ் செய்த அபரிமிதமான பப்ளிஸிட்டியால் படம் மாபெரும் வெற்றி பெற்றது. இந்தப் படத்திற்காக நான் பல்வேறு விருதுகளைப் பெற்றேன்.

இதற்குக் காரணம், படத்தோட புதுமையான கதை மட்டுமில்ல, வினோத்தோட தரமான டயலாக்கும் முக்கியக் காரணம்.

நேஷனல் அவார்ட் வரைக்கும் போச்சு படம். ஆனா... அங்க சில பாலிடிக்ஸ் இருக்கே. லாபி பண்ணினாத்தான் வாங்க முடியும். தமிழ்ப் படங்களை பரிசீலிக்கிற பிரிவுல அந்த வருஷம் தமிழ்ப் பட டைரக்டர் ஒருத்தர் தான் முக்கியமா இருந்தார். ஆனா அவர் என்னோட படத்தை ஒரு பொருட்டாவே நினைக்கல. அவரு வேற ஒருத்தருக்கு விருதுக்கு சிபாரிசு செய்யணும்னு நினைச்சே வந்தவரு.

டைரக்டர் கே.பாலசந்தர்

டைரக்டர் வினோத்

இது தெரியாம நான் என்ன நினைச்சேன்னா, பெஸ்ட் ஃபிலிம் அவார்ட் கிடைக்காட்டியும், பெஸ்ட் டயலாக் ரைட்டருக்கான அவார்ட் கிடைக்கும்னு எதிர்பார்த்தேன். ஆனா அதுவுமே கிடைக்கல.

எல்லாம் பாலிடிக்ஸ். சுத்திச் சுத்தி பாலிடிக்ஸ். 'நல்ல படங்களை எடுப்பவங்களை ஊக்குவிப்போம்'கிற எண்ணமே பெரும்பாலும் கிடையாது.

நேஷனல் அவார்ட்ல ஏமாற்றம் கிடைச்சாலும் 'எப்படி இப்படி ஒரு கதையை தேர்ந்தெடுத்து, படம் பண்ணணும்னு தோணிச்சு?' எனப் பலரும் வியந்தார்கள். கதையைத் தேர்வு செய்ததற்காகவே என்னைப் பாராட்டினார்கள்.

'சதுரங்க வேட்டை' கதையைக் கேட்டதுமே நான் ஜீவாவிடம் இந்தக் கதையைச் சொல்லி நடிக்கக் கேட்டேன்.

அப்போது ஜீவா என்ன மனநிலையில் இருந்தாரோ... அந்தச் சமயத்தில் கதையை ஜட்ஜ் பண்ணும் அனுபவம் இல்லையோ என்னவோ...

'சதுரங்க வேட்டை' - நட்டி

அந்தக் கதையில் நடிக்க ஆர்வம் காட்டவில்லை.

'சதுரங்க வேட்டை' என்று மட்டுமல்ல... நான் சொல்கிற கதையிலெல்லாம் ஆர்வம் காட்டாமல் இருந்தார்.

சமீபத்தில் ஜீவாவை சந்தித்தபோது... "அண்ணே... சதுரங்க வேட்டை மாதிரி ஒரு கதை கொண்டாங்கண்ணே" என்றார்.

சூப்பர் குட் ஃபிலிம்ஸ் சௌத்ரியைச் சந்தித்தபோது... "ஏம்ப்பா... அவன் ஜீவா தான்... சதுரங்க வேட்டை கதையில நடிக்கமாட்டேன்ட்டான்னா... படத்தோட ஃபர்ஸ்ட் காப்பிய நீ என்கிட்ட கொண்டு வந்திருக்கலாம். இன்னும் வேற மாதிரி எடுத்திட்டுப் போயிருப்பேனே" என்றார்.

'சதுரங்க வேட்டை' படத்தை கே.பாலசந்தர் சாரைச் சந்திச்சு, ஆசி வாங்கிட்டுத் தான் தயாரிக்கத் தொடங்கினேன்.

படம் சூப்பர் ஹிட் ஆனதும், அதன் வெற்றி விழாவையும் பாலசந்தர் சார் தலைமையில் நடத்த முடிவு பண்ணியிருந்த போதுதான் பாலசந்தர் சாரோட மகன் கைலாசம் இறந்துவிட்டார். அது பாலசந்தர் சாரை மட்டுமல்ல... என்னையும் ரொம்பவே பாதித்தது.

கைலாசத்துக்கு அஞ்சலி செலுத்துவதற்காக வீட்டுக்குப் போயிருந்தேன்.

பாலசந்தர் சார் உட்கார்ந்திருந்தார். பக்கத்தில் டைரக்டர் வசந்த் உட்பட சிலர் இருந்தாங்க. நான் போய் ஒரு ஓரமாய் நின்றேன். என்னை தன் அருகே கூப்பிட்டார். போனேன்.

"உன் படம் பார்த்தேன். ரொம்ப நல்லா இருந்தது. டைரக்டர் வினோத்துக்கு என் வாழ்த்துக்களைச் சொல்லீரு" என்றார்.

எனக்கு அதிர்ச்சியும், பிரமிப்புமாக இருந்தது... மகனோட உடல் வைக்கப்பட்டிருக்கு. இந்தச் சோகமான சூழ்நிலையிலயும் ஒரு படைப்பாளியை பாராட்டணும்னு மனசு வேற யாருக்குமே வராது.

என்னைப் பார்த்து எரிச்சலாகி, முகத்தைத் திருப்பிக் கொண்ட எங்க டைரக்டர் பாரதிராஜா....

தற்கொலை செய்து கொள்வதற்கு முன்... எனக்கு மகளாக நடித்த சிலுக்கு....

தற்கொலைக்கு சில மணி நேரங்கள் முன்பு.... அழுதுகொண்டே ஆட்டோவில் ஏறிப்போன ஷோபா....

கூவாமல் போன கோழி... விஜி....

செப்புச் சாமான் வாங்கிய சிலுக்கு!

எனது தயாரிப்பில், ஜெச்.வினோத் இயக்கத்தில் நட்டி நட்ராஜ் நடித்த ‘சதுரங்க வேட்டை’ படம் சூப்பர்ஹிட் ஆனது. தனியார் அமைப்புகள் பலவும் இந்தப் படத்தைத் தயாரித்த எனக்கு விருது வழங்கியது.

‘சௌத் இண்டியன் மூவி அவார்டு’ எனப்படும் ‘சைமா அவார்டு’ விழா துபாயில் நடந்தது. நான் நடிகனாக இருப்பதால் எனக்கு மிகுந்த கைதட்டல் கிடைத்தது. விருதைப் பெறுவதற்காக மேடையேறிய என்னை நெகிழ வைத்தது கே.பாலசந்தரின் நினைவு.

தன் மகன் இறந்த வீட்டிலும்கூட... அஞ்சலி செலுத்தச் சென்ற என்னிடம், ‘பாலா... உன் படம் பார்த்தேன், நல்லா இருந்தது’ என பாலசந்தர் சார் சொன்னது என் நினைவில் வந்தது.

அதன்பின் பாலசந்தர் சாரும் மறைந்துவிட்டார்.

‘சைமா விருதை’ பெறும்போது மிகுந்த உணர்ச்சிவசப்பட்ட நிலையில்... “பாலசந்தர் சார்... உங்களோட ஆசிர்வாதம்தான், எனக்கு இந்த விருது கிடைச்சிருக்கு. இந்த விருதை நான் உங்களுக்கு டெடிகேட் பண்றேன்” என்றேன்.

விருதை வாங்கிக்கொண்டு கீழே இறங்கியபோதுதான் எங்க

டைரக்டர் பாரதிராஜா இந்த விழாவுக்கு வந்திருப்பதே எனக்குத் தெரிந்தது. தனுஷ் பக்கத்தில் அமர்ந்திருந்தார். நான் அவரைப் பார்க்க, அவர் என்னை ஒருவித உறுத்தலாக பார்த்தார்.

பாரதிராஜாவின் கோபத்தில் நியாயம் இருப்பதை என்னால் உணரமுடிந்தது.

எனது குருநாதர் பாரதிராஜா. ஆனால் நான் விருதை பாலசந்தருக்கு டெடிகேட் செய்திருந்தேன். பாரதிராஜா விழா அரங்கில் இருப்பதை அறிந்திருந்தால், அவர் குறித்தும் சில வார்த்தைகள் பேசியிருப்பேன். ஏனென்றால் அது சிஷ்யனின் கடமை.

ஆனால் பாரதிராஜாவைச் சுற்றி இருந்தவர்களோ, 'மனோபாலா உங்களோட அஸிஸ்டெண்ட். ஆனா உங்களை விட்டுட்டு, பாலசந்தருக்கு விருதை டெடிகேட் பண்ணீருக்கான். அவன் உங்க சிஷ்யன்னு விபரம் தெரிஞ்சவங்க... உங்களை என்ன நினைப்பாங்க. இப்படி அசிங்கப்படுத்திட்டானே...' என ஏத்து, ஏத்துனு ஏத்திவிட்டிருக்கிறார்கள்.

இந்த சிண்டு முடிஞ்ச வேலை எனக்குத் தெரியாது.

மறுநாள் மாலைதான் துபாயிலிருந்து சென்னை கிளம்புகிறோம்.

காலை உணவுக்கு எங்களுக்கு ஏற்பாடு செய்யப்பட்டிருந்த ஹோட்டலுக்குப் போனேன். பாரதிராஜா இருந்தார். நான் அவருக்கு வணக்கம் சொல்ல முயன்றேன். ஆனால் முகத்தை வேறுபக்கம் திருப்பிக்கொண்டார். ஆனாலும் என் மனதில் உள்ளதை அவரிடம் சொல்லிவிட வேண்டும் என்பதற்காக, அவரின் அருகில் சென்றேன்.

"சார் உங்க கோபம் நியாயமானதுதான். அதேசமயம் நான் சொல்றதை நீங்க காதுல வாங்கிக்கங்க சார். நீங்க இந்த விருது விழாவுக்கு வந்தது எனக்கு முன்கூட்டியே தெரியாது. விருது வாங்கிட்டு வரும்போதுதான் உங்களைப் பார்த்தேன். முதல்லயே தெரிஞ்சிருந்தா உங்களைப்பத்தி பேசியிருக்கமாட்டேனா சார்? யாரோ என்னைப் பத்தி தப்பா போட்டுக் கொடுத்தத பெரிசா எடுத்துக்கிட்டு, என்கிட்ட முகங்கொடுத்து பேசமாட்டேங்கிறீங்க. என்னைப் பத்தி உங்களுக்கு நல்லாவே தெரியும். உங்களைப் பத்தி எனக்கு நல்லா தெரியும். பிறகு ஏன் சார் மத்தவங்க சொல்றதை நாம பெரிசா எடுத்துக்கணும்?" என கேட்டேன்.

ஒருவழியாக பாரதிராஜா சமாதானமானார்.

சிலுக்கு ஸ்மிதா

'**ச**துரங்க வேட்டை' மூலம் எனக்கு நிறைய பாராட்டுகள் பல இடங்கள்ல இருந்து கிடைச்சாலும்கூட, அந்த பாராட்டுகளை அனுபவிக்க முடியாதபடிக்கு இடைஞ்சல் பண்றவங்க தான் அதிகமா இருந்தாங்க.

நான் என் படத் தயாரிப்புல இறங்கினேன்?

நம்ம கம்பெனி பேர் சொன்னா தெரியுற மாதிரி இருக்கணும். நம்ம கம்பெனி பேனருக்காகவே கால்ஷீட் தர நடிகர்-நடிகைகள் முன்வரணும்.

அந்த மாதிரி நடந்துச்சா?

ஆமா... ஸ்டார்கள் என் பேனருக்கு தயங்காம கால்ஷீட் தர முன்வந்தாங்க.

அப்புறம்?

மனோபாலா நல்ல கதைகளை தேர்ந்தெடுப்பாருங்கிற பேரும் கிடைச்சது. ஆனா அந்த பேரை தக்க வைக்கிறதுதான் பெரும் போராட்டமா இருக்கு.

என்கிட்ட ஒரு பழக்கம் இருக்கு...

கல்யாணம் உள்ளிட்ட மங்கள விசேஷங்களுக்குக் கூட சிலசமயம் போகாம இருந்துடுவேன். ஆனா, சாவு நடந்தா... போய் அஞ்சலி செலுத்தாம இருக்கமாட்டேன்.

காரணம்...

செத்துப் போனவங்க முகத்தை கடைசியா பார்க்கக்கூடிய சந்தர்ப்பம் அப்போ மட்டும் தானே?!

வயதாகி, இயற்கை மரணமடைகிறவர்களின் முகத்தை கடைசியாகப் பார்க்கும்போது, அவங்களுக்கு அஞ்சலி செலுத்திட்டோம்கிற ஒருவித மன நிறைவு ஏற்படும்.

ஆனா... வாழவேண்டிய வயசிலயே வாழ்க்கையை முடிச்சுக்கிறவங்களுக்கு அஞ்சலி செலுத்தும்போது, மனசுல ஒரு வலி இருந்துக்கிட்டே இருக்கும்.

அப்படி ஒரு வலியைத் தந்தவர் 'சில்க்' ஸ்மிதா

முதல்நாள் என்கூட நடிச்சிக்கிட்டிருந்தவர், மறுநாள் இல்லைங்கிறது எவ்வளவு வேதனை?

'**வீ**ரப்பதக்கம்' படத்துல நானும், காந்திமதியும் ஜோடி. எங்களுக்கு பொண்ணா நடிக்குது சிலுக்கு. கதைப்படி எங்க குடும்பம் கழைக்கூத்தாடி குடும்பம். வயித்துப் பாட்டுக்காக கயித்துமேல நடக்கணும் சிலுக்கு.

சிலுக்குக்கு டூப்பா நடிக்க ஒரு கழைக்கூத்தாடி டூப்பும் ரெடி.

ஒரு பஜாருக்குள்ள இந்தக் காட்சி நடக்குது. இதுக்காக பலவிதமான கடைகள் செட்டிங்ஸ் போடப்பட்டிருக்கு. அதில் செப்புச் சாமான்கள் விக்கிற ஒரு கடையும் போட்டிருந்தார் ஆர்ட் டைரக்டர். செப்புச் சாமான்கள்னா தெரியும்ல... சின்னப் பிள்ளைங்க சமையல் செஞ்சு விளையாடுறதுக்காக அடுப்பு, சமையல் பாத்திரங்கள்லாம் குட்டி, குட்டியா செஞ்சு விற்கிற கடை.

சிலுக்கு அந்த கடைக்குப் போய், மினியேச்சர் சமையல் பாத்திரங்களை விலைக்கு வாங்கிக்கிட்டிருக்கு.

எனக்கு வியப்பா இருந்துச்சு.

''என்ன ஸ்மிதா... குழந்தைங்க விளையாடுற பொருளையெல்லாம் வாங்கிக்கிட்டிருக்கியே? யாருக்கு?''

''எனக்குத்தான் சார்''

''உனக்கா?''

''ஆமா சார்... எனக்கு இந்த மாதிரி குட்டி, குட்டி பொருட்கள்னா உசுரு. போற இடங்கள்லயெல்லாம் இந்த மாதிரி பொருட்களை வாங்கிடுவேன். என் வீடு முழுக்க இப்படிப்பட்ட பொருட்கள் நிறைய இருக்கு'' என்றார் சிரித்தபடி சிலுக்கு.

'கவர்ச்சிகரமான சிலுக்குவின் தோற்றத்திற்குள் இருந்த மனசு, இன்னும் குழந்தைத்தனம் குறையாததாகவே இருக்கே' என எனக்கு வியப்பாக இருந்தது.

'இந்த குழந்தைத்தனம் மாறாக் குணம் கொண்டவள்தான், நாளை தன் உயிரை மாய்த்துக் கொள்ளப் போகிறாள்' என்று எனக்கு அப்போது தெரியாது..

சிலுக்கு கணிப்பு!

'வீரப்பதக்கம்' படத்துல நானும், காந்திமதியும் ஜோடி. எங்களுக்கு பொண்ணா நடிக்குது சிலுக்கு. கதைப்படி நாங்க கழைக் கூத்தாடி குடும்பம். ஒரு பஜார்ல கயித்துமேல சிலுக்கு நடக்கிற ஸீன் எடுக்கணும்! அது ஒரு பாட்டு ஸீனும்கூட.

மனுஷப்பய வாழ்க்கையே தினமும், கயித்து மேல நடந்து சாகசம் பண்ற மாதிரிதானே.

படத்துக்காக போடப்பட்டிருந்த கடைகள்ல, சின்னப் பிள்ளைங்க சமையல் செஞ்சு விளையாடுறதுக்காக அடுப்பு, சமையல் பாத்திரங்கள்லாம் விற்கிற கடையில, அந்த விளையாட்டுச் சாமான்களை சிலுக்கு வாங்கிக்கிட்டிருந்தார். எதுக்கு இது?னு நான் கேட்டப்போ... "எனக்கு இந்த மாதிரி குட்டி குட்டி பொருட்கள்னா உசுரு. போற இடங்கள்லயெல்லாம் இந்த மாதிரி பொருட்களை வாங்கி, வீடு முழுக்க சேர்த்து வச்சிருக்கேன்" என்றார்.

குழந்தைத்தனம் மாறாத தென்னகத்து கனவுக்கன்னியின் செயல் எனக்கு வியப்பளித்தது.

மானிட்டரில் எடுக்கப்பட்ட காட்சிகளைப் பார்த்தபோது, சிலுக்கு பாடலுக்கு வாயசைக்காதது தெரியவந்தது.

உடனே ஒரு உதவி இயக்குநர் வந்து, "மேடம்... நீங்க லிரிக்குக்கு வாயசைக்கலயே... திரும்ப எடுக்கணுமாம்'' எனச் சொன்னார்.

தனக்கே உரிய உதட்டை கோணிச் சுழித்து, ஒரு சிரிப்பு சிரித்த சிலுக்கு "யோவ்.... நான் லிரிக்குக்கு வாயசைக்கலைன்னா என்னா? படம் பார்க்க வர்றவங்க என்னோட வாயையா பார்க்கப் போறாங்க? எதைப் பார்ப்பாங்கன்னு தெரியாதா? போ... கண்டுக்காமப் போ..." என்றார்.

சிலுக்கு சொன்னதில் உண்மைதான் இருக்கு.

சிலுக்கு ஸ்மிதாவோட உடல் வனப்பும், வளைவு, நெளிவும் அந்த அனாடமி... அதைத் தாண்டி, சிலுக்கோடா ட்ரெஸ் சென்ஸ்... இதெல்லாம் தானே அவரை கனவுக்கன்னியா ஆக்குச்சு.

சிரிக்கச் சிரிக்க சிலுக்கு இப்படிப் பேசியதன் யதார்த்தத்தப் பார்த்துக் கொண்டிருந்த நான் மட்டுமல்ல... சிலுக்கை கனவில் காண்பவர்கள் கூட, சிலுக்கு இன்னும் ஓரிரு நாளில் செத்துப் போய்விடப் போவதாக கனவிலும் நினைத்திருக்கமாட்டார்கள்.

சிலுக்குவின் மரணச் செய்தியைக் கேட்டதுமே அதிர்ந்து போனேன்.

எப்படி ஆச்சு? அந்தப் பொண்ண இந்த முடிவை நோக்கி எது தூண்டிச்சு?

சிலுக்கு இல்லை என்பது உண்மைதான். ஆனாலும் இன்னமும்கூட என்னால் சிலுக்கின் இழப்பை ஏற்றுக்கொள்ள முடியவில்லை.

சில்க் ஸ்மிதா என்று அனைவராலும் அறியப்படும் கவர்ச்சி நடிகை சிலுக்குவின் சொந்தப் பெயர் விஜயலட்சுமி. ஆந்திர மாநிலம் ஏலூருவில் 1960ம் ஆண்டு பிறந்தவர். சிலுக்கின் குடும்பம் ஏழ்மை நிலையில் இருந்ததால் நான்காம் வகுப்பிற்கு மேல் படிக்க முடியவில்லை சிலுக்கால்.

சென்னைக்கு வந்து உறவினர் வீட்டில் தங்கி வேலை தேடினார். எங்க டைரக்டர் பாரதிராஜா 'அலைகள் ஓய்வதில்லை' படத்தில் கதாநாயகி ராதாவுக்கு அண்ணியாக விஜயலட்சுமியை தேர்வுசெய்து நடிக்கவைத்தார். நான் தமிழில் சொல்லும் வசனங்களை, இரண்டு லைட்மேன் தெலுங்குத் தொழிலாளர்கள் தெலுங்கில் சிலுக்கிடம் சொல்வார்கள். இப்படித்தான் அவருக்கு கதாபாத்திரத்தையும், வசனத்தையும் புரிய வைத்தேன்.

ஆனால் 'அலைகள் ஓய்வதில்லை' படத்திற்கு முன்பாக

நடிகரும், கதாசிரியருமான வினுசக்கரவர்த்தி எழுதிய ‘வண்டிச் சக்கரம்’ படத்தில் சாராயக்கடையில் வேலை பார்க்கும் ‘சிலுக்கு’ என்ற கேரக்டரில் அறிமுகமாகி புகழ் பெற்றதால் ‘சிலுக்கு ஸ்மிதா’வாகி, செல்லமாக ரசிகர்கள் ‘சிலுக்கு’ என அழைத்தனர்.

கவர்ச்சியான தோற்றத்தாலும், நடனத்தாலும் அனைவரையும் ஈர்த்த சிலுக்கு, தமிழ் மட்டுமல்லாமல், தெலுங்கு, மலையாளம், கன்னடம் மற்றும் இந்தி மொழிப்படங்களில் நடித்து 80களில் தென்னிந்தியத் திரைப்பட உலகின் கனவுக்கன்னியாக வலம்வந்தார்

கவர்ச்சி நடிகை என்பதால் மற்றவர்கள் தன்னை பலவீனமாக நினைத்துகொள்வதை தவிர்ப்பதற்காகவே, ஷூட்டிங் ஸ்பாட்டில் பல சமயங்களில் ஒருவித இறுக்கமான நிலையையும்கூட கடைப்பிடித்தார்.

ஆனால் சிலுக்கு, கால்மேல் கால் போட்டுக் கொண்டு, இறுக்கமான பாவனையில் இருந்ததை புதிதாகப் பார்த்த பலரும், குறிப்பாக பத்திரிகைகளும், சிலுக்கு தலைக்கனம் பிடிச்சவர் என்று கூட சொன்னது உண்டு. அந்த இமேஜ் அப்படியே இருக்கட்டும் என சிலுக்கும், பதில் விளக்கமெல்லாம் சொல்லவில்லை.

குறைந்த வருஷங்களிலேயே, சுமார் ஐநூறு படங்களில் நடித்துவிட்ட சிலுக்கு, 1996-ஆம் ஆண்டு செப்டம்பர் மாதம் 23-ஆம் தேதி தன்னுடைய 35-ஆவது வயதில் சென்னையில் அவருடைய வீட்டிலேயே தூக்குப் போட்டு இறந்தார்

சிலுக்குவை, அவர் இருந்தபோது ‘டர்ட்டி கேர்ள்’ ஆகவே பார்த்தார்கள். ஆனால் அவரின் மறைவுக்குப் பின், ‘தி டர்ட்டி பிக்சர்’ என்ற பெயரில் அவரின் வாழ்க்கை வரலாற்றை இந்தியில் படமாக எடுத்தார்கள். சிலுக்குவாக வித்யாபாலன் நடித்தார். இந்தப் படத்தில் நடித்ததற்காக வித்யாபாலனுக்கு ‘இந்தியாவின் சிறந்த நடிகை-2011’ என்கிற தேசிய விருது தரப்பட்டது.

அட்லாண்டிக் ஹோட்டலில் எங்க டைரக்டர் பாரதிராஜாவின் படத்திற்கான கதை விவாதம் நடந்துகொண்டிருந்த சமயம் அது.

கதை விவாதம் முடிந்து வந்த நான் லிஃப்ட்டில் ஏறியபோது... அழுதுகொண்டே ஓடிவந்து லிஃப்டில் ஏறினார் ஷோபா.

மறுநாள்....... அவரின் மரணச் செய்தி வந்தது.....

விடை தெரியாத கேள்வி!

அட்லாண்டிக் ஹோட்டல்ல ரூம் போட்டு ஸ்டோரி டிஸ்கஷன் பண்ணிக்கிட்டிருந்தோம். நைட் 11.30 மணிக்கு எங்க டைரக்டர் பாரதிராஜா சார் வீட்டுக்கு கிளம்பினார்.

நான், மணிவண்ணன், தங்கராஜ் உள்ளிட்டவங்க ஹோட்டல்லயே சாப்பிட்டோம்.

மணிவண்ணனும், தங்கராஜூம் ஹோட்டல் ரூம்லயே தங்கிக்கிறதா சொல்லீட்டாங்க.

நான் என்னோட ரூமிற்கு கிளம்பும்போது நள்ளிரவு தாண்டி 12.30 மணி இருக்கும். லிஃப்ட்டில் நுழைந்தேன். லிஃப்ட் கீழே இறங்கத் தயாரா இருந்த நேரத்தில் அழுதுகொண்டே ஓடி வந்து ஒரு பெண் லிஃப்ட்டுக்குள் நுழைந்தார்.

யார்?னு பார்த்தேன்.

ஷோபா!

எனக்கு ஷோபாவிடமும், அவரின் அம்மாவிடமும் நல்ல பழக்கம் இருந்தது. அதனடிபப்டையில் ஷோபாவிடம் விசாரித்தேன்.

“என்னம்மா? என்னாச்சு?”

“ஒண்ணுல்ல”

"அப்புறம் ஏன் அழுதுகிட்டு ஓடி வர்றே?"

"ஒண்ணுல்ல சார்"

"சொல்லக்கூடிய பிரச்சினைன்னா சொல்லும்மா... ஏதாவது பண்ணலாம்?"

"அது ஒண்ணுமில்ல மனோபாலா சார்... அதை விடுங்க"

"சரிம்மா.... எதுல வந்த? இப்ப மணி பன்னிரெண்டரை தாண்டீருச்சு. நீ முதல்ல பாதுகாப்பா வீடு போய்ச் சேரணும்... கார் கொண்டு வந்துருக்கதானே?"

"இல்ல சார்...

"கம்பெனி கார் இருக்கும்மா. அதுலதான் நான் போகப் போறேன். அப்படியே உன் வீட்டுல உன்னை விட்டுட்டு போறேன்..."

"வேண்டாம் சார்..."

"ஏம்மா?"

"ஆட்டோவுல போய்க்கிறேன்"

"என்னம்மா நீ? பாதுகாப்பா உன்னை வீட்ல விட்டுடுறேன்மா... நீ வேற ஏதோ பிரச்சினைல இருக்க. உன்னை உங்க வீட்டுல சேர்த்தாத்தான் எனக்கு நிம்மதியா இருக்கும்மா"

-இப்படி நான் சொல்லிக்கொண்டிருக்கும்போதே லிஃப்ட் தரைத்தளத்திற்கு வந்தது.

லிஃப்ட்டின் கதவு, திறந்ததும்... அடுத்த நொடியே பாய்ந்து வெளியே ஓடினார் ஷோபா.

நான் பின்னாலயே ஓடினேன். அதற்குள் ஆட்டோவில் ஏறிப் பறந்துவிட்டார் ஷோபா.

ஆமாம்... பறந்துதான் விட்டார்!

கார் என் அறையை நோக்கி போய்க்கொண்டிருந்தது.

ஆனால் என் மனசு முழுக்க ஷோபாவைச் சுற்றியே இருந்தது.

ஷோபாவின் அழுதமுகம் என் மனதில் சித்திரமாகப் பதிந்தது.

அந்த பொண்ணு ஏன் இப்படி அழுதுக்கிட்டு ஓடிவந்து லிஃப்ட்டுல ஏறிச்சு? அதுக்கு என்ன பிரச்சினையா இருக்கும். பாதுகாப்பா வீடுபோய் சேர்ந்திருக்கும்ல... என நினைத்துக்கொண்டே இருந்தேன்.

இந்த குழப்பத்தோடவே அறையில் படுத்தேன்.

காலை ஆறரை மணி இருக்கும்போது....

'நடிகை ஷோபா தூக்கிட்டு தற்கொலை' என செய்தி வந்தது.

ஷோபா

சில மணி நேரத்துக்கு முன் நாம் பார்த்து, பேசிய புகழ்பெற்ற நடிகை, இனி இல்லாமலே போய்விட்டாளா? என மனசு நம்ப மறுத்தது. பதைபதைத்தது. ஏன் இப்படி வாழவேண்டிய வயசில சாகத் துணிஞ்சா? என்கிற கோபமும் வந்தது. ஆனாலும் அந்த கோபத்தால் என் சோகத்தை மறைக்க முடியவில்லை.

கமல்ஹாசனின் வீட்டுக்கு ஓடினேன்.

கமல், வாணிகணபதி உட்பட எல்லாரும் இருந்தாங்க.

கமல் வீட்டிலிருந்து நாங்கள்லாம் கிளம்பிப்போனோம் ஷோபாவின் வீட்டுக்கு.

மகாலட்சுமி மேனன் என்கிற இயற்பெயர் கொண்ட ஷோபா, குழந்தை நட்சத்திரமாக திரையில் அறிமுகமானார். கேரக்டர் ஆர்ட்டிஸ்ட்டாக குறைந்த வருடங்களில் நிறைந்த படங்களில் நடித்து, ரசிகர்களின் நெஞ்சங்களில் நிறைந்தார்.

'பசி' படத்தில் குப்பத்துப் பெண்ணாக, காகிதம் பொறுக்கும் பெண்ணாக நடித்து, தன் 17 வயதிலேயே சிறந்த நடிகைக்கான தேசிய விருதை வாங்கி பிரமிக்க வைத்தார் ஷோபா.

கவர்ச்சிகரமான உடல்வாகு இல்லை. மெலிசான தேகம்தான். தெருவில் நாம் அன்றாடம் பார்க்கிற எத்தனையோ பெண்களில் ஒருத்தியாகத்தான் அவரது தோற்றமும், நடிப்பின் இயல்பும் இருந்தது. ஆனால் திறமையில் தனி ஒருத்தியாகத் திகழ்ந்தார்.

23-09-1962 அன்று பிறந்த ஷோபா, 1980-ஆம் ஆண்டு மே 1-ஆம் தேதி தற்கொலை செய்துகொண்டார்.

18 வயது என்பது உயிரை மாய்த்துக்கொள்கிற வயசா?

புகழ் இருந்தது...

பொருள் இருந்தது...

உறவுகள் இருந்தது...

திரையுலகில் மவுசு இருந்தது...

இத்தனை இருந்தும் ஏன் இப்படி ஒரு துயர முடிவை மேற்கொண்டார் ஷோபா?

இது இன்றளவும் விளங்கிக்கொள்ள முடியாத... விடை கிடைக்காத கேள்வியே!

பரிதவிக்க வைத்த படாபட்!

அவள் ஒரு சிறுகதை!

'ஃபடாபட்' என ஜெயலட்சுமியைப் போல சாதாரணமாக எடுத்துக்கொள்ள முடியவில்லை ஃபடாபட் ஜெயலட்சுமியின் தற்கொலையை!

ஃபடாபட் ஜெயலட்சுமி இயல்பிலேயே ரொம்ப ஜாலியான பொண்ணு.

1958-ஆம் ஆண்டு ஆந்திராவில் பிறந்த ஜெயலட்சுமி, தமிழ், தெலுங்கு, மலையாள மொழி திரைப்படங்களில் நடித்தவர். மலையாளத் திரைப்படத்துறையில் தனது 14 வயதில் சுப்ரியா என்ற பெயரில் ஏ.வின்செண்ட் இயக்கத்தில் நடிக்க ஆரம்பித்த ஜெயலட்சுமியை, 1974-ஆம் ஆண்டு 'அவள் ஒரு தொடர்கதை' படத்தில் ஜெயலட்சுமி என பெயர் மாற்றி அறிமுகம் செய்தார் கே.பாலசந்தர் சார்.

எதையும் ஈஸியாக எடுத்துக்கொள்ளும் மனோபாவத்துடன் 'ஃபடாபட்' என சொல்வதுடன் ஒரு அலட்சிய உடல்மொழியுடன் நவீன இளம்மங்கையாக நடித்தவர்... ரசிகர்களின் உள்ளம் கவர்ந்த கள்ளி ஆகி, 'ஃபடாபட்' என்றே அழைக்கப்பட்டார். .

ஜெயலட்சுமியின் உறவினர்கள் சிலர், சினிமாவில் சில துறைகளில் பணியாற்றியபோதும், ஜெயலட்சுமிக்கு சினிமாவில்

இஷ்டமில்லை. அவர் நடிக்க வந்தது ஒரு விபத்து போலத்தான். ஆனாலும் ஏற்றுக்கொண்ட கொண்ட கேரக்டருக்கு நேர்மையாக அதை சிறப்புடன் வெளிப்படுத்தினார்.

1974-ஆம் ஆண்டு 'அவள் ஒரு தொடர்கதை'யில் தொடங்கி, 'அன்னக்கிளி', 'அவர் எனக்கே சொந்தம்', 'கவிக்குயில்', 'வருவான் வடிவேலன்', 'முள்ளும் மலரும்', 'குங்குமம் கதை சொல்கிறது', 'ஆறிலிருந்து அறுபது வரை', 'காளி' ஆகிய படங்களில் நடித்தார் ஜெயலட்சுமி.

ஜெயலலிதாவின் கடைசிப் படமான 'நதியைத் தேடி வந்த கடல்' படத்தில் ஒரு முக்கியமான கேரக்டரில் நடித்திருந்தார் ஜெயலட்சுமி. அவரின் நடிப்பை மிகவும் பாராட்டினார் ஜெயலலிதா. இதை ஒரு பத்திரிகை பேட்டியில் சொல்லியிருந்தார் ஜெயலட்சுமி.

யதார்த்தமான நடிப்பால் எல்லோரையும் கவர்ந்த ஜெயலட்சுமி தனது 22 வயதில் அளவுக்கு அதிகமான தூக்க மாத்திரைகளைச் சாப்பிட்டு தற்கொலை செய்துகொண்டார்.

'ஃபடாபட்' என எளிதில் கடந்துவிட முடியவில்லை ஜெயலட்சுமியின் மரணத்தை.

'அவள் ஒரு தொடர்கதை'யாக தொடர்திருக்க வேண்டிய ஜெயலட்சுமியின் வாழ்க்கை, 'அவள் ஒரு சிறுகதை'யாக முடிந்து போனது.

'கோழி கூவுது' விஜியின் வாழ்க்கையும்தான் இப்படி சோகத்தில் முடிந்தது.

கங்கைஅமரனால் 'கோழி கூவுது' என்ற தமிழ்த் திரைப்படத்தின் மூலம் அறிமுகப்படுத்தப்பட்டு, 'கோழி கூவுது' விஜி என அழைக்கப்பட்டார்.

1996-இல் இவருக்கு உடல்நலக் குறைவு ஏற்பட்டதால், சிகிச்சை பெற்று, நீண்டகால அவஸ்தைக்குப் பின் குணமடைந்து, மீண்டும் படங்களில் நடித்தார். 2000-இல் மீண்டும் 'சிம்மாசனம்' படம் மூலம் நடிக்க வந்தாலும், நோய்த்தொற்று காரணமாக அவரால் தொடர்ந்து இயல்பாக இருக்க இயலவில்லை.

1982-ல் 'கோழி கூவுது' படத்தில் தொடங்கி, 2000-ஆம் ஆண்டு 'சிம்மாசனம்' படம் வரை நடித்த விஜிக்கு 'சிம்மாசனம்' படமே கடைசிப்படமாக ஆனது.

தனது 34-வது வயதில் 2000 நவம்பர் 27 அன்று சென்னை மகாலிங்கபுரத்தில் இருந்த தனது வீட்டிலே, மின் விசிறியில்

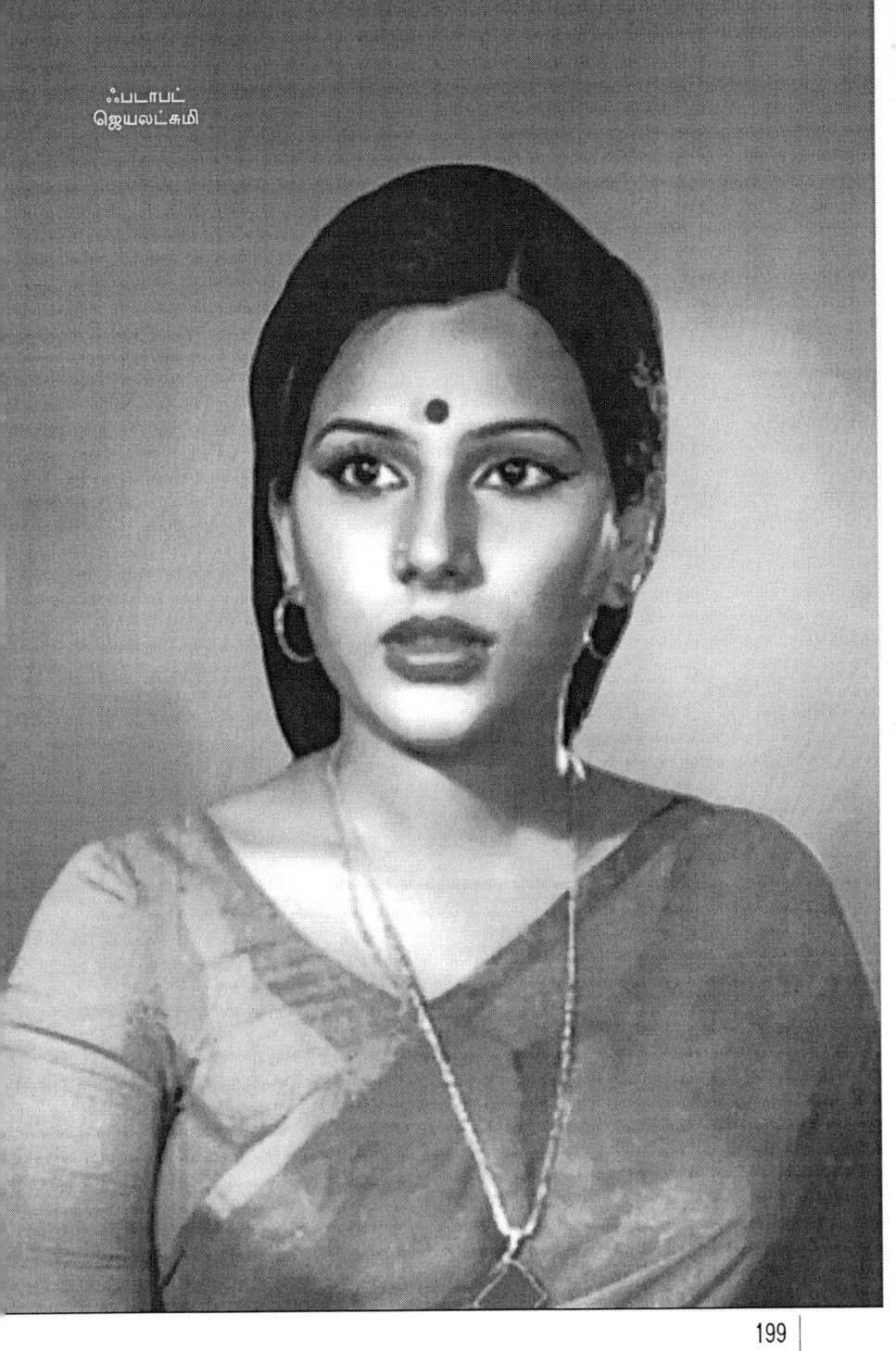

ஃபடாபட்
ஜெயலட்சுமி

விஜி

தூக்கிட்டு, விஜி தற்கொலை செய்துகொண்டார்.

திருவண்ணாமலை கிரிவலப் பாதையை ஒட்டி, விஜிக்கு சொந்த வீடு ஒன்று இருந்தது. விஜி மரணத்தால் துயரமுற்ற அவரின் தந்தை, ஒரு சாமியாரைப் போல திருவண்ணாமலை வீட்டில்தான் வசித்து வந்தார். ஒருநாள் அவரும் இறந்துபோனார்.

'கோழி கூவி விடியவா போகுது' என்பார்கள் கிராமத்தில். (சேவல் கூவித்தான் விடியுமாம்)

விதியின் முன் கோழி கூவி விஜியின் வாழ்க்கை விடியாமலேயே போனது வேதனைதான்.

நடிகைகளோட தற்கொலைங்கிறது பொதுவாகவே மனசை ரொம்ப வேதனைப்படுத்த வைக்கும். ஏன்னா... நடிகைகள்தான் மனசுக்கு நெருக்கமானவங்களா இருப்பாங்க ரசிகர்களுக்கு.

சோகத்தை பகிர்ந்துக்கிட்டா மனச்சுமை பாதியா குறையும், மன உளைச்சல் வராது. ஆனா... நடிகைகள் தங்களோட மனவலியை மத்தவங்ககிட்ட சொல்லமாட்டாங்க. அப்படிச் சொன்னா... ஆறுதல் சொல்றேன்ங்கிற பேர்ல, நடிகைதானேன்னு இளக்காரமா நினைச்சு, நடிகைகளை பயன்படுத்திக்கத்தான் பார்ப்பாங்க. அதனாலதான் நடிகைகள் தங்களோட மனவலியை வெளியில சொல்றதில்லை.

எனக்கு நல்ல பழக்கமான நடிகைகளுக்கு இந்த மாதிரி வேதனைகள் நடந்திருக்கு. அதனாலதான் நான் எப்பவுமே 'உடல்

நல்லா இருந்தா பத்தாது, மனசும் நல்லா இருக்கணும். தியானம் பண்ணு, தியானம்னதும் ரொம்ப கஷ்டம்னு நினைக்காத. நேரம் கிடைக்கிறப்போ ஒரு பத்து நிமிஷம் கண்ண மூடி அமைதியா உட்காரு. அதுதான் தியானம். அதுதான் மனசை ஈஸியாக்கும்'னு சொல்லிக்கிட்டே இருப்பேன்.

தற்கொலை எண்ணம்கிறது க்ஷண நேர முடிவுதான். அந்த நேரத்தை கடந்துட்டா தப்பிச்சிக்கலாம்.

வடிவேலுவோட மேனேஜர் தற்கொலை செஞ்சுக் கிட்டப்போ, வடிவேலு ரொம்ப மனசு உடைஞ்சு, அழுதுக்கிட்டிருந்தாப்ல.

''அழாத வடிவேலு''ன்னு ஆறுதல் சொல்லீட்டு, சில விஷயங்களைச் சொன்னேன். ஏதோ மன உளைச்சல்ல ராத்திரி பூரா தூங்காம இருப்பாங்க. அதிகாலை மூன்றரை மணியிலருந்து, அஞ்சு மணிக்குள்ளதான் எல்லாரும் அசந்து தூங்குற நேரம். தற்கொலை செஞ்சுக்க நினைக்கிறவங்க பெரும்பாலும் தேர்ந்தெடுக்கிறது அந்த நேரத்தைத்தான். அதானால் அவங்க ஸ்ட்ராங்கா எடுத்த முடிவ தடுக்க முடியாமத்தான் போகும். இப்ப நீ அழுதுக்கிட்டிருக்கிறதுல பிரயோஜனமில்ல. முதல்ல உன் சொத்துபத்து டாக்குமெண்ட்ஸெல்லாம் சரியா இருக்கானு பாரு'' எனச் சொன்னேன்.

வடிவேலு வக்கீல் மூலம் பத்திரங்களை ஆராய்ந்த போதுதான், ஒவ்வொரு சொத்து பத்திரத்திலயும், இந்த சொத்தை விற்கும் உரிமையை வடிவேலு கொடுப்பதுபோல என்.ஓ.சி. சான்றிதழ் இணைச்சிருப்பது தெரிஞ்சது. அம்புட்டு அப்புராணியா இருந்தாப்ல வடிவேலு.

அந்தச் சமயம் அருவி, மாதிரி வடிவேலு வீட்ல பணம் கொட்டிக்கிட்டிருந்த சமயம். எதுல எவ்வளவு முதலீடுன்னு நின்னு நிதானிச்சு கவனிக்கக்கூட வடிவேலுவுக்கு நேரமில்ல.

இந்த சமயத்துலதான் வடிவேலுவுக்கு, அவரோட நண்பரும் நடிகருமான சிங்கமுத்து மேல சந்தேகம் வந்தது.

கொஞ்சநஞ்சமல்ல... 16 கோடி ரூபாய்க்கான வடிவேலு சொத்துக்கள் காணாமப் போயிருந்தது.

கேடிகள் விழுங்கிய கோடிகள்!

அந்த சமயம் வடிவேலு ரொம்ப பிஸியா நடிச்சிக்கிட்டிருந்தாப்ல. அருவி மாதிரி வடிவேலு வீட்ல பணம் கொட்டிக்கிட்டிருந்தது.

எதுல எவ்வளவு முதலீடுன்னு நின்னு நிதானிச்சு கவனிக்கக்கூட வடிவேலுவுக்கு நேரமில்ல. எங்கங்க இடம் வாங்கிப் போடப்பட்டிருக்குன்னுகூட அப்பிராணி வடிவேலுவுக்கு தெரியல.

வடிவேலு மேனேஜர் வேலுச்சாமி திடீர்னு தூக்கு மாட்டி செத்துப் போய்ட்டாரு.

என்ன பண்றதுன்னு தெரியாம வடிவேலு அழுது புலம்பினாப்ல.

அழுகாத வடிவேலு... மொதல்ல சொத்துப் பத்திரத்தையெல்லாம் எடுத்து செக் பண்ணுன்னு சொன்னேன்.

சொத்துப்பத்திரங்கள எடுத்துப் பார்த்தா, எல்லா பத்திரத்துலயுமே, 'என் சார்பில யார் வேண்டுமானாலும் இந்த சொத்தை விற்கலாம்'னு என்.ஓ.சி. சர்டிபிகேட்டை வடிவேலுவை ஏமாத்தி வாங்கி வச்சிருக்காங்க'ன்னு வக்கீல் கண்டுபிடிச்சுச் சொன்னாரு.

இந்தச் சமயத்துலதான் வடிவேலுவுக்கு, அவரோட நண்பரும் நடிகருமான சிங்கமுத்து மேல சந்தேகம் வந்தது.

சிங்கமுத்து மேல பரப்பரப்பா வடிவேலு குத்தம் சொல்ல... பதிலுக்கு வடிவேலு மேல சிங்கமுத்து குறை சொல்ல... இப்படி அந்த நேரம் ரொம்பப் பரபரப்பா இருந்துச்சு.

வடிவேலு ரொம்ப மனசு ஒடிஞ்சிட்டாப்ல.

கொஞ்சநஞ்சமா? பதினாறு கோடி ரூபாய்க்கான சொத்து என்னாச்சுனு தெரியலேன்னா... எம்புட்டு வேதனை இருக்கும்.

ஊரையே சிரிக்க வைக்கிற அந்த கலைஞன்... மக்களோட மன உளைச்சலுக்கு மருந்தா இருக்கிற நகைச்சுவையைத் தர்ற அந்த நடிகனுக்குள்ள எம்புட்டு வலியை உண்டாக்கியிருப்பாங்க.

ஒரு கதைதான் எனக்கு ஞாபகத்துக்கு வந்துச்சு அப்போ. வடிவேலு கூட இந்தக் கதையை அந்தச் சமயத்துல பேட்டியில சொன்னதா ஞாபகம்.

அந்தக் கதை என்னன்னா...

ஒருத்தன் மிகுந்த மன உளைச்சலோட இருக்கான். அந்த ஊர்லயே யாரு பெரிய டாக்டர்னு விசாரிச்சு அவர்கிட்ட வந்து பிரச்சினையைச் சொல்றான்...

மன உளைச்சல் யாருக்குத் தான் இல்ல? எல்லாருக்குமே மன உளைச்சல் இருக்கத்தான் செய்யுது. அதிலிருந்து மீளணும்னா மனசை சந்தோஷமா வச்சுக்கணும்

மனசுல இம்புட்டு பிரச்சினை இருக்கும்போது எப்படி டாக்டர் சந்தோஷமா இருக்க முடியும்?

ஏன் முடியாது? இந்த ஊர்ல புதுசா ஒரு சர்க்கஸ் கம்பெனி வந்து ஷோ நடத்துறாங்க. அதுல ஒரு பபூன் பண்ற சேஷ்டை ரொம்ப சிரிப்பா இருக்கும். அதைப் பார்த்து, மனம் விட்டு சிரிச்சு சிரிச்சு, என்னோட மன உளைச்சலே சரியாயிருச்சு. நீங்க இன்னிக்கே அந்த சர்க்கஸுக்கு போய், பபூன் சேஷ்டையை ரசிங்க.

அந்த பபூனே நான்தான் டாக்டர்.

அந்தச் சமயம் உதயநிதி ஸ்டாலின் தயாரிச்சிக்கிட்டிருந்த 'ஆதவன்' படப்பிடிப்பில் இருந்தோம்.

உதயநிதி கிட்ட நான் விஷயத்தைச் சொன்னேன்.

அப்போ மு.க.ஸ்டாலின் பி.ஏ.வா ராஜா இருந்தார்.

அவர்கிட்ட சொல்லச் சொன்னதால், நான்தான் ராஜாகிட்ட பேசினேன்.

'ஆதவன்' படத்தில் வடிவேலு

“அண்ணே... உழைச்சு சம்பாதிச்ச பணம்ணே. பதினாறு கோடிக்கான சொத்துன்னா... வடிவேலு தாங்கமாட்டான். ஏதாவது கொஞ்சமாவது ரெகவரி ஆகிறதுக்கு வாய்ப்பிருக்கானு பாருங்கண்ணே” என்றேன்.

“பத்திரப்பதிவுத் துறையிலயே விசாரிச்சிட்டு சொல்றேண்ணே. அந்த சர்வே நம்பர்லாம் கொடுங்க” என்றார் ராஜா.

அவர் கேட்ட விபரம் கொடுக்கப்பட்டது.

அடுத்த கொஞ்ச நேரத்தில் ராஜா லைனுக்கு வந்தார்.

“அண்ணே... நீங்க சொன்ன இடமெல்லாம் வேற வேற ஆட்களுக்கு வித்துட்டாங்க. வாங்கினவங்க அங்க கட்டடமே கட்டிட்டாங்கண்ணே... இனிமே ஒண்ணும் பண்ண முடியாது” என்றார்.

விஷயத்தைக் கேட்டதும் வடிவேலு இடிஞ்சு போய் உக்காந்துட்டாப்ல.

டே அண்ட் நைட் உழைச்சு சம்பாதிச்ச பணம். அதை யார், யாரோ ஆட்டயப் போட்டுட்டு போறதுன்னா எப்படி இருக்கும்.

எனக்கே மனசு கேட்கல. இருந்தாலும் ஆறுதல் ஓரளவுக்கு தேறுதலா இருக்குமே.

“விட்றா... அதையே நினைச்சு ஃபீல் பண்ணாத. ஊர்லருந்து வரும்போது என்ன கொண்டு வந்தோம்? நல்ல வேளையா இருக்கிற வீடு, வாசல் பத்திரமாவது பத்திரமா இருக்கே. அதை நினைச்சு ஆறுதல் பட்டுக்கோ. ஆண்டவன் உனக்கு நிறைய கொடுத்தான்... அதை இப்போ திரும்ப வாங்கிக்கிட்டான்னு நினைச்சுக்கோ” என்றேன்.

கைமீறிப் போன காரியங்களுக்கு ஆறுதலைத் தவிர வேறென்ன தீர்வு இருக்கு?

இந்த சம்பவத்துக்குப் பின்னால வடிவேலு சென்னையிலயோ, சென்னையைச் சுத்தியோ எந்தச் சொத்தும் வாங்கல. நம்பிக்கையே போச்சு. சென்னைல சொத்து வாங்கினா அதை எவனோ தான் அனுபவிப்பான் என நினைச்சாப்ல. சொந்த ஊரான மதுரைப் பக்கம் தான் சொத்து வாங்கினாப்ல.

சென்னையைப் பொறுத்தவரைக்கும் ஒரு சொத்துக்கு எது தாய் பத்திரம்? எது உண்மையான பத்திரம்னு கண்டுபிடிக்கிறது ரொம்ப சிரமமாத்தான் இருக்கு. ஒரே பத்திரம் மாதிரி, பத்து பத்திரம் பத்துப் பேரு வச்சிருக்காங்க. இதுல எது அசல்னு

கண்டுபிடிப்பீங்க? அதுதான் மெட்ராஸ்ல ரொம்ப மோசமான விஷயமா இருக்கு.

இதுல என்ன ஆச்சர்யம்னா?

கஷ்டப்பட்டு சம்பாதிச்சு, ஆசை ஆசையா வாங்கின சொத்துக்களையெல்லாம் ஏமாத்தி எவனெவனோ சொந்தமாக்கிக்கிட்டான். இப்படி இதனால வடிவேலுவுக்கு எம்புட்டு மன உளைச்சல். ஆனாலும் அதை கழட்டிப் போட்டுட்டு, 'ஆதவன்' படப்பிடிப்பில கேமரா முன்னாடி அப்படியே... கேரக்டரா மாறினாப்ல.

நகைச்சுவைக்கு நகைச்சுவை, டான்ஸுக்கு டான்ஸ்னு அசத்தினாப்ல. இப்பக்கூட ஆதவன் படம் பாருங்க. அந்தக் காட்சியில நடிக்கும்போது வடிவேலு இம்புட்டு சோகத்துல இருந்தாப்லயா?னு ஆச்சர்யம் வரும்.

அதுதான் வடிவேலு.

அவர் ஒரு மண் சார்ந்த கலைஞன்.

என் சமையலுக்கு ரசிகன்!

எனக்கு நாகேஷ் அப்பா, தங்கவேலு அண்ணன், இவங்க கூடவெல்லாம் நல்ல பழக்கம் இருக்கு.

வடிவேலு கூட எப்படி ஒரு நட்பு இருக்கோ... அதுபோல விவேக் கூடவும் நல்ல நட்பு இருந்தது.

பிரமாதமா ஸீன் கிரியேட் பண்ணக்கூடியவர் விவேக். படத்தோட கதையின் அவுட்-லைனைக் கேட்டுட்டு, படம் முழுக்க காமெடிய எங்கெல்லாம் கொண்டு வரணும் னு சிந்தித்து, உழைப்பார் விவேக்.

ஷூட்டிங் வந்தமா... டயலாக் பேப்பரை வாங்கிப் பார்த்தமா... டைரக்டர் சொல்றதை மட்டும் செஞ்சிட்டு போனமா... சம்பளம் வாங்கினமா... இப்படி வந்து நடிச்சிட்டுப் போறது ஈஸி.

ஆனா விவேக் டைரக்டர் சொல்றதை உள்வாங்கி, ஸ்கிரிப்ட்டாவே எழுதி, ஒரு சூட்கேஸ்ல வச்சு எடுத்துக்கிட்டு ஷூட்டிங் ஸ்பாட்டுக்கு வருவார். அவ்வளவு டெடிகேஷன். அவர்கூட சேர்ந்து நடிக்கிறது அவ்வளவு இண்ட்ரஸ்ட்டிங்கா இருக்கும்.

உங்களுக்கே தெரியுமே, 'எப்படி இருந்த நான் இப்படி ஆயிட்டேன்' காமெடியில தொடங்கின எங்க நட்பு, எவ்வளவோ

படங்கள்ல தொடர்ந்துச்சு.

விவேக்கோட நாலெட்ஜ் ரொம்ப பிரமிக்க வைக்கிறதா இருக்கும்.

ஒரு தடவை டாக்டர் அப்துல்கலாம் சொன்னதுக்காக, தமிழ்நாடு முழுக்க லட்சக்கணக்கான மரக்கன்றுகளை நட்டு வச்சு, வளர்த்து சாதாரணமா விஷயமா? அடுத்த தலைமுறைக்குத் தூண்டுகோலா இருக்கிற மாதிரி, அவரே களத்துல இறங்கி அந்த சேவையைச் செஞ்சாரு.

விவேக் தன்னை கதை நாயகனா வச்சு ஒரு கதை எழுதியிருந்தாரு. அந்தக் கதையை நான் கேட்கணும்னு ரொம்ப விரும்பினாரு.

''மனோபாலா சார், நான் எனக்காக ஒரு கதை எழுதியிருக்கேன். அந்தக் அந்தக் கதையை நீங்க கேட்கணும். நீங்க என்னை வச்சு உங்க பேனர்ல படம் தயாரிக்கலேன்னாலும் பரவால்ல. ஆனா கதையை கேட்டு, எல்லா சரியா இருக்கா? லாஜிக்கா இருக்கா?னு நீங்க வெளிப்படையான ஒப்பீனியன் சொல்லணும்'' என்றார்.

நானும் கதையைக் கேட்க சம்மதித்திருந்தேன்.

ஆனால் அதற்குள் கொரோனா தீவிரமாகி ஃபர்ஸ் டைம் லாக்- டவுன் போட்டுட்டாங்க. அதனால் இருவரும் சந்திச்சு, கதையை பேசிக்க முடியாமப் போச்சு.

விவேக் அசைவ உணவுகளை அதிகம் சாப்பிடுவாருன் னாலும் சைவ உணவு மேல ஒரு தீராத காதல் அவருக்கு இருந்தது. என்னோட சமையல் அவருக்கு ரொம்பப் பிடிக்கும். குறிப்பா நான் செய்ற கறிவேப்பிலை தொக்கு அவருக்கு இஷ்டம். ஒருமுறை கறிவேப்பிலை தொக்கு கேட்டார்னு செஞ்சு கொடுத்தேன். விவேக்குக்கு ரொம்ப பிடிச்சுப் போச்சு. அதோட அவரோட பொண்ணுங்களும் சாப்பிட்டுட்டு நல்லா இருக்குன்னு சொல்லீருக்காங்க.

அதாவது சுடு சாதத்துல, கறிவேப்பிலை தொக்கு கொஞ்சம் போட்டு, அதுல ரெண்டு ஸ்பூன் நெய்விட்டு, பிசைஞ்சு சாப்பிடுறது அவருக்கு ரொம்பப் பிடிக்கும். அதனால் அடிக்கடி கறிவேப்பிலை தொக்கு கேட்பார், செஞ்சு கொடுப்பேன்.

விவேக்குக்கு ஹார்ட்ல சின்னச் சின்ன அடைப்புகள் இருக்குன்னு சொன்னபோது, அதை ஆபரேஷன் மூலம் சரி செஞ்சிருக்கலாம். ஆனால் அவருக்கு ஆபரேஷன் செஞ்சுக்க பயம்.

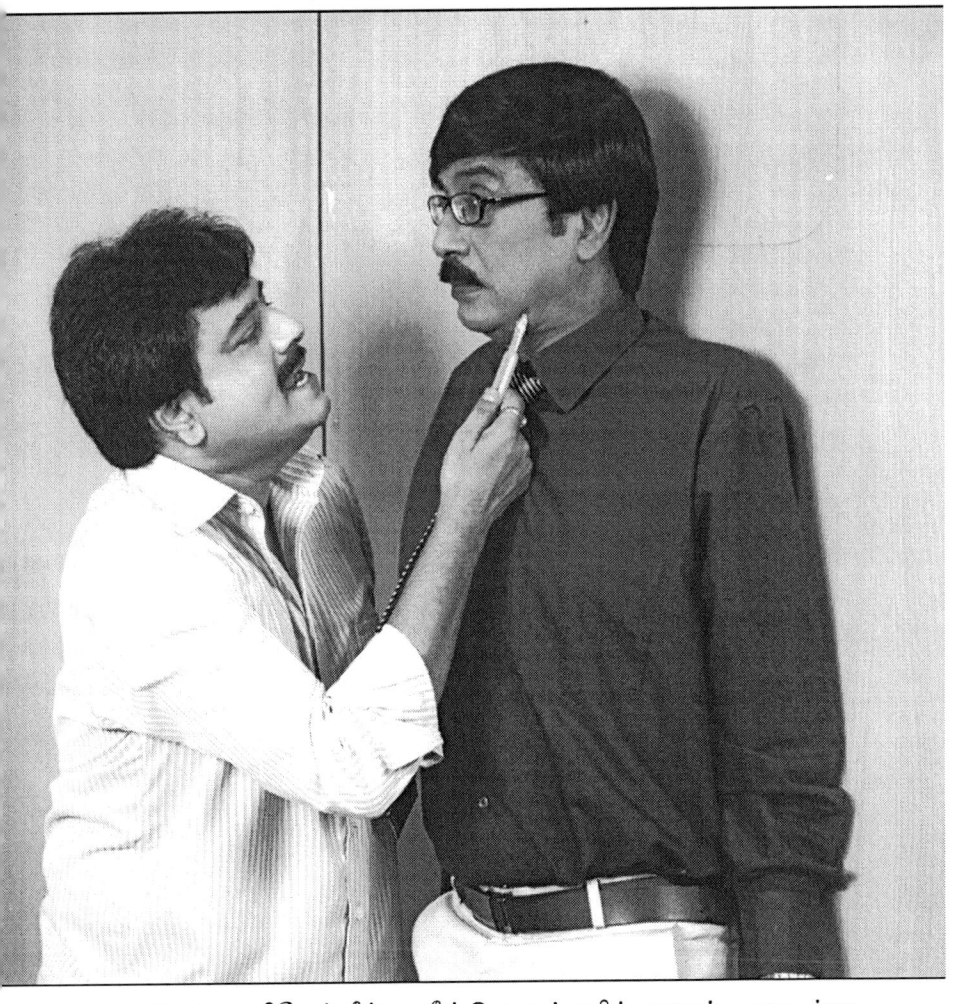

"என்ன விவேக் நீங்க, வீட்டுல தண்ணிக் குழாய் அடைச்சா உடனே பிளம்பரைக் கூப்பிட்டு, அதை சரி பண்றதில்லையா? இன்னிக்கி மருத்துவம் எவ்வளவோ நவீனமாயிடுச்சு. இதய அடைப்பை சரி பண்ணிக்கிறதுக்கு ஈஸியான மெத்தர்டு வந்துருச்சு. உடனே நீங்க... யாராவது ஹார்ட் ஸ்பெஷலிஸ்ட்டை கன்சல்ட்பண்ணி, ட்ரீட்மெண்ட் பண்ணிக்கங்க" என்றேன்.

"பார்த்துக்கலாம் சார்" என்றார்.

விவேக் மிகத்தீவிரமான சாய்பாபா பக்தரா மாறினார். பாபா நமக்கு பாதுகாப்பா இருப்பார்னு நம்பினார்.

கொரோனாவுக்கு தடுப்பூசி போட ஆரம்பிச்ச நேரம்...

"சார்... நான் ஓமந்தூரார் ஹாஸ்பிடலுக்கு தடுப்பூசி போட்டுக்கப் போறேன். நீங்களும் வர்றீங்களா?" எனக்கேட்டு போன் செய்தார்.

"போலாம் விவேக்"னு சொன்னேன்.

அதன்படி ரெண்டுபேரும் சேர்ந்து போய்த்தான் தடுப்பூசி போட்டுக்கிட்டோம்.

ஊசி போட்டுட்டு வெளியே வந்ததும் மீடியாக்காரங்க மைக்கை நீட்டினாங்க.

என்னைப் பேசச் சொன்னார் விவேக்.

"இல்ல விவேக்... நீ என்னைத் தாண்டிய கலைஞன். தடுப்பூசியோட அவசியத்த நீ சொன்னாத்தான் இந்த ஜனங்களுக்கு விழிப்புணர்ச்சி ஏற்படும். நீ பேசு... அதுதான் நல்லாருக்கும்" என்றேன்.

அதானால் விவேக் பேசினார்.

'இந்த ஊசி எவ்வளவு முக்கியம், மக்களோட பாதுகாப்பு எவ்வளவு முக்கியம்'கிறதை அழகா எடுத்துரைச்சார்.

ஹாஸ்பிடல்லருந்து கிளம்பும்போது... "ரெண்டு நாளைக்கு கை வலி கொஞ்சம் கடுக்கும்னு சொன்னாங்க... அதுபடி பார்த்துக்க" என்றேன்.

"நான் ஒத்தடம் குடுத்துகிறேன். நீங்களும் ஒத்தடம் குடுத்துக்கங்க... கவனமா உடம்பைப் பார்த்துக்கங்க" என்றார்.

நான் வீட்டிலேயே இருந்தேன்.

தடுப்பூசி போட்டுவிட்டு வந்த மறுநாளுக்கு மறுநாள்...

'விவேக்கை ஹாஸ்பிடல்ல சேர்த்துருக்காங்க'ன்னு தகவல் வந்ததும்... எனக்கு ஷாக்காகவும், குழப்பமாகவும் இருந்தது.

விவேக்கின் உதவியாளர் செல் முருகனுக்கு போன் போட்டேன்.

"பிரஷ்ஷர் ஜாஸ்தியா இருக்குதா... ஹார்ட்ல பம்ப்பிங் கம்மியா இருக்குதானு தெரியல. மூச்சு விட ரொம்ப சிரமப்பட்டார். அதனால ஹாஸ்பிடல்ல சேர்த்திருக்கோம் சார். அநேகமா... இன்னிக்குள்ளயே சரியாயிடுவார்... ஒண்ணும் பிரச்சினை இல்ல"

"ஏற்கனவே ஹார்ட் பிராப்ளாத்துக்கு டெஸ்ட்டெல்லாம் எடுத்துப் பார்த்து ஆபரேஷன் செய்யணும்னு டாக்டர் சொல்லீருந்தாங்களே முருகா"

"ஆமா சார்... வாய்ப்பிருந்தா இப்பவே ஆபரேஷனும் பண்ணிடலாம்னுதான் சொல்றாங்க டாக்டர்கள். அப்படி ஆபரேஷன் செஞ்சா ரெண்டு மூணுநாள்ல டிஸ்சார்ஜ் பண்ணி வீட்டுக்கு கூட்டிட்டு போயிடலாம். வீட்ல இருந்து ரெஸ்ட் எடுத்தார்னா சரியாயிடும். இப்பத்தான் கொரோனானால ஷூட்டிங் எல்லாம் தள்ளிப் போயிருக்கே" என்றார் முருகன்.

மருத்துவமனையில்....

ஆபரேஷன் அறைக்குள் போகையில்...

"டேய் முருகா... ஒரு ஜோக் சொல்லு. அதைக் கேட்டு சிரிச்சுக்கிட்டே உள்ள போறேன்" என விவேக் சொல்ல...

"முருகனும் ஒரு ஜோக் சொல்ல... அதைக் கேட்டு வாய்விட்டு விவேக் சிரிக்க, டாக்டர்களும், நர்ஸுகளும் சேர்ந்து சிரிக்க... புன்னகையோடு உள்ளேபோன விவேக்... வெளியே கொண்டு வரப்படும்போது... ...

எதைத் தின்னா எடை கூடும்?

மருத்துவமனையில்....

ஆபரேஷன் அறைக்குள் போகையில்...

“டேய் முருகா நான் திரும்பி வரணும். உள்ள போகும்போது உன்னையும், நீ சொல்ற ஜோக்கையும் நினைச்சுக்கிட்டே போகணும். ஒரு ஜோக் சொல்லு... அதைக் கேட்டு சிரிச்சுக்கிட்டே உள்ள போறேன்” என விவேக் சொல்ல...

முருகனும் ஒரு ஜோக் சொல்ல... அதைக் கேட்டு வாய் விட்டு விவேக் சிரிக்க, டாக்டர்களும், நர்ஸுகளும் சேர்ந்து சிரிக்க... புன்னகையோடு உயிராக உள்ளேபோன விவேக், வெளியே கொண்டு வரப்படும்போது... உடலாக இருந்தார்.

அந்த துயரச் செய்தி வரும்போது எனக்கு கடுமையான கொரோனா அட்டாக். பொதுவா கொரோனாவுல தடுப்பூசி போட்டாலும் காய்ச்சல் இருக்கும். சிலருக்கு காய்ச்சல் ஹெவியா இருக்கும். ஆனா எனக்கு ஸ்கின் அலர்ஜியும் வந்துருச்சு. (அப்புறமா அலர்ஜியை ட்ரீட்மெண்ட் மூலம் குணப்படுத்திட்டேன்)

கொரோனா அட்டாக் தீவிரமா இருந்ததால் நான் வீட்டுல ஒரு அறையிலயே முடங்கிக் கிடந்தேன்.

நான்தான் ஏற்கனவே சொல்லீருக்கேனே... கல்யாணத்துக்குக் கூட போகாம இருந்துருவேன். ஆனா துக்க காரியங்களுக்கு போகாம இருக்கமாட்டேன். ஏன்னா... இறந்துபோன மனுஷனை மறுபடி நாம நேர்ல பார்க்க முடியாது. அப்படி கடைசியா ஒருமுறை பார்க்கலேன்னா... லைஃப் லாங்கா அது மனசை உறுத்திக்கிட்டே இருக்கும்.

என் மனைவியிடம், கதவுக்கு உள்ள இருந்தே சொன்னேன்... “நீ வெளிக்கதவை திறந்து வச்சிட்டு, உள்ள ஒரு அறையில போய் நின்னுக்கோ. நான் வெளியே போறேன். என் நண்பன் விவேக் முகத்த கடைசியா பார்த்திட்டு வந்துடுறேன்” எனச் சொல்ல...

என் மனைவியும் அப்படியே வெளிக்கதவை திறந்து வைக்க... நான் காலைல ஏழு மணிக்கெல்லாம் விவேக் வீட்டுக்குப் போய்ட்டேன்.

விவேக் வீட்டுல நடு ஹால்ல அவரோட உடல் வைக்கப்பட்டிருந்தது. அதைப் பார்த்ததும் ரொம்பவே கலங்கிப்போய்ட்டேன். ஏன்னா... அதே இடத்துலதான் விவேக்கோட மகன் இறந்தபோதும், அவனோட உடல் அந்த இடத்துல வைக்கப்பட்டிருந்துச்சு.

‘‘என்னடா அவசரம் உனக்கு? நீ இந்த சமூகத்துல விழிப்புணர்வை ஏற்படுத்துறவன். சமூக சேவை செய்றவன்... உனக்கு அதுக்குள்ள இந்த மரணம் வரணுமா?” என கிட்டத்தட்ட மனசைத் தாண்டி முனகினேன்.

விவேக்கின் மனைவி, குழந்தைகளுக்கு ஆறுதல் சொல்லி விட்டு, சமாதானமாகாத மனதை சமாதனப்படுத்திக்கொண்டு கிளம்பினேன்.

நேரா என் வீட்டுக்கு வந்தேன்.

என்னோட அறைக் கதவை மூடினவன்தான். கிட்டத்தட்ட மூணு, நாலு நாள் படுக்கையிலயே கிடந்தேன்.

“நான் உங்களுக்கு அட்வைஸ் சொல்றதா நினைக்காதீங்க. ஒரு சகோதரனாச் சொல்றேன்... உங்க பையன் நல்லா சம்பாதிக்கலாம். ஆனா... உங்க மனைவிக்காக நீங்க ஏதாவது சொத்து அவங்க பேர்ல வாங்கித் தரணும். அது காணி நிலம்னாலும் பரவால்ல. உங்களுக்கு வர்ற சம்பாத்தியத்துல ஒரு பகுதியை எடுத்து, ‘இது எனக்கில்ல... என்னதில்ல’ன்னு சொல்லி தனியா ஒதுக்கி வச்சிருங்க. அப்படி ஒதுக்கி வச்ச சேமிப்பு ஒருநாள் மொத்தமா கைகொடுக்கும். அதை வச்சு ஏதாவது இடம், வீடு வாங்குங்க” என

அடிக்கடி சொல்லுவார் விவேக்.

அதையெல்லாம் என்னால மறக்க முடியாம தவிச்சுக்கிட்டிருந்தேன் அறைக்குள்ளயே...

சாப்பாட்ட என் மனைவி வெளிய வச்சாங்க. எனக்கு சாப்பிடத் தோணல. அதனால அதை எடுத்துக்கல.

இப்படி நான் சாப்பிடாம இருக்கிறதைப் பார்த்திட்டு, "மனசை தேத்திக்கங்க..." என ஆறுதல் சொன்னாலும், எனக்கு சாப்பிடத் தோணவில்லை. என் மனைவி ரொம்ப கோபமாகி... "முதல்ல உங்க வெய்ட்ட செக் பண்ணிப் பாருங்க" என்றார்.

ஏற்கனவே நான் அண்டர்வெய்ட். இப்ப வெய்ட் செக் பண்ணினதில் அஞ்சு கிலோவுலருந்து ஆறு கிலோ வரைக்கும் இறங்கியிருந்தேன்.

மனைவிகிட்ட சொன்னேன். அவங்க எங்க ஃபேமிலி டாக்டர்கிட்ட சொல்லவும், 'இதுக்கு மேல சாப்பிடாம இருந்தார்னா... இவரைக் காப்பாத்துறது கஷ்டம். உடனே சாப்பிடச் சொல்லுங்க' என அவர் சொல்ல... அதுக்குப் பிறகு சாப்பிட ஆரம்பிச்சேன்.

என்னோட கறிவேப்பிலை தொக்கை ரசிச்சு சாப்பிடத்தான் விவேக் இல்ல.

'எதைத் தின்னா பித்தம் தெளியும்?' என ஒரு சொலவடை சொல்வாங்க.

என் விஷயத்துல என்ன விநோதம்னா பெரும்பாலும் உடம்பு வெய்ட்ட குறைக்கிறதுக்குத்தான் கடுமையா போராடுவாங்க. நானோ, உடம்பு வெய்ட் போடுறதுக்காக இன்னிக்குவரை போராடிக்கிட்டுத்தான் இருக்கேன்.

வெய்ட்டைக் குறைக்கிறதுக்கு ஆலோசனை சொல்ல எவ்வளவோ ஆப் கூட வந்துருக்கு. வெய்ட்டைக் கூட்டுறதுக்குத்தான் சரியான ஆப் இல்ல. டாக்டர்கள், இயற்கை விஞ்ஞானிகள் யாரும் சரியான அட்வைஸ் தர்றதில்ல.

வெய்ட் போடுறதுன்னா... ஊளைச் சதையா இருக்கக்கூடாது. எனர்ஜிடிக்கான வெய்ட் கூட்டணும். இதுக்குத்தான் பலர்கிட்டவும் கேட்டுக்கிட்டிருக்கேன். யாரும் சரியான ஆலோசனை சொல்றதில்ல.

உடம்பு வெய்ட் போடமாட்டேங்குதே என்கிற கவலையிலயே இருக்க வெய்ட்டும் குறையுறதுதான் மிச்சம்.

சந்தானம் எனக்கு நிக் நேம் வைப்பதில் கில்லாடி.....

எனக்கும் அந்த ஆசை இருக்கு...!

சினிமாவில் நகைச்சுவை நடிப்பில் ரெண்டு மூணு பேர்கள் சிறந்து விளங்குறது நிறைய காரணங்கள் இருக்கு. சும்மாவெல்லாம் வந்து நகைச்சுவையில கோலோச்சிட முடியாது. தனித்திறமையும், ஸ்கிரிப்ட்டில் செலுத்துற கவனமும்தான் அவங்க சிறப்பா ஷைன் பண்ண காரணம்.

இப்படிப்பட்டவங்கள்ல ஒருத்தர் சந்தானம்.

சினிமா உலகத்துல ஒரு கட்டத்துல... சந்தானம் இல்லாம படமே எடுக்க முடியாது என்கிற சூழ்நிலையே வந்தது.

சந்தானத்துகிட்ட எனக்குப் பிடிச்சது என்னன்னா... சென்ஸிபிள் கியூமர்னு சொல்லுவாங்க இல்லியா... அந்த திறமை இருந்தது. சினிமாவுக்கு வந்த புதுசுல கவுண்டமணியோட சாயல் சந்தானம் நடிப்பில இருந்தது வாஸ்தவம்தான். ஆனா... நாளடைவில் அதை மாத்தி, தனக்குனு ஒரு தனி பாணியோட... தனி நபர் காமெடியா சும்மா பிச்சு உதறினார். ஒரு கல் ஒரு கண்ணாடி படத்துல கலகலப்பு படத்துலயெல்லாம் பார்த்தீங்கன்னா... சந்தானம் காமெடி அருமையா இருக்கும்.

சந்தானம் கூட நான் நிறைய படங்கள் சேர்ந்து நடிச்சிருக்கேன்.

அண்ணே... இந்த டயலாக்க நீங்க பேசுங்க. அப்பத்தான் நல்லா இருக்கும் என விட்டுக்கொடுக்கிற மனப்பான்மையும், ஸீன்ல கூட இருக்கவக்களும் கவனம் பெறணும்னு உதவுற அந்த ஹெல்பிங் டெண்டன்ஸி அவர்கிட்ட உண்டு.

உணமையிலேயே அது ரொம்ப பெரிய விஷயம்.

சந்தானம் எனக்கு வைக்கிற நிக் நேம்... பட்டப் பெயர்கள்லாம் ரொம்ப ரீச் ஆகும். காலேஜ் பசங்க தங்களுக்குள்ள ஒருத்தர ஒருத்தர் வாரிக்கிறதுக்கு சந்தானம் எனக்கு வச்ச நிக் நேம அதிகம் பயன்படுத்துவாங்க.

காராச்சேவுக்கு கண்ணாடி போட்ட மாதிரி

பீடிலருந்து தான் புகை வரும். புகைலருந்து பீடி வருதே

கேபிள் வயர் அறுந்த மாதிரி

-இப்படியெல்லாம் ரொம்ப பெக்குலியரா என்னை காமெடி காட்சிகள்ல கலாய்ப்பார் சந்தானம்.

ரொம்ப நாளைக்கப்புறம், இப்ப சந்தானத்தொட நடிச்சிருக்கேன். அதே எனர்ஜிடிக்கோட, குறையாத வேகத்தோட இருக்கார் சந்தானம். எனக்கு ரொம்ப பிடிச்ச தயாரிப்பு நிறுவனமான கோபுரம் ஃபிலிம்ஸ் தயாரிக்கிறாங்க இந்தப் படத்தை. இடையிலே சீரியஸாவே ஆடியன்ஸ் பார்த்த சந்தானமா இல்லாம, பழைய சந்தானத்தை ரசிக்கும் வாய்ப்பா இந்தப் படம் நிச்சயம் இருக்கும். கம் பேக் ஆஃப் சந்தானம் அப்படி சொல்ற மாதிரி இருக்கும். ஏன்னா கதை அப்படி.

என்னைப் பார்க்கும்போது என் அபிமானிகள் கேட்கிற கேள்வி.... என்னன்னா...

என்ன சார்... நீங்க பெரிய டைரக்டர்... நடிப்பு, டைரக்ஷன் ரெண்டுலயுமே சீனியர். ஆனா... சந்தானம் உங்களை ரொம்ப வார்ற மாதிரி படங்கள்ல இருக்கு. இதை எப்படி சகிச்சுக்கிறீங்க? எங்களுக்கு கஷ்டமா இருக்கு சார்

இப்படிக் கேட்பாங்க.

அவங்களுக்கெல்லாம் ஒண்ணு சொல்லிக்க விரும்புறேன்....

சந்தானம் என்னைத் திட்டல. அந்தப் படத்துக் கதைல வர்ற கேரக்டர்கள்ல நானும் ஒருத்தன். அதுல ஒரு கேரக்டரா வர்ற சந்தானம் என்னை கலாய்க்கிறார். அதாவது... ஒரு கேரக்டரை இன்னொரு கேரக்டர் கலாய்க்குறாதாத்தான் பார்க்கணும். மனோபாலாவ சந்தானம் கலாய்க்கிறதா பார்க்கக் கூடாது.

வடிவேலு, விவேக் கூட நடிக்கைல உண்டான உண்டாகுற

மனநிறைவு சந்தானம் கூடவும் நடிக்கும்போது இருக்கு. எங்க காமெடி காம்பினேஷன் நீண்டநாட்களுக்கு ரசிக்கும்படியா இருக்கா இல்லையா? லாங் டூரேசன்ல ஜெயிச்சுக்கிட்டிருக்க காமெடியா இருக்கே... அதை ரசிங்க. கலகலப்பு பட காமெடியவெல்லாம் இப்ப நினைச்சாலும் சிரிப்பு வரும்.

சந்தானம் கூட நடிக்கிறது எனக்கு மீண்டும் மீண்டும் சந்தோஷத்தையே தரும்.

சமீபத்துல ஒரு கொண்டாட்டம் நடத்தினாங்க. யோகிபாபு சினிமாவுக்கு வந்து 14 வருஷம் ஆகிடுச்சு என்பதற்கான விழா அது. உண்மை என்னன்னா... யோகிபாபு ஜெயிச்ச 14 வருஷத்த கணக்கு வச்சு கொண்டாடியிருக்காங்க. ஆனா... அதுக்கு முன்ன... ஆறு வருஷமா பல போராட்டங்கள், கஷ்டங்களைக் கடந்து, சின்னத்திரையில் லொள்ளு சபா உட்பட சில நிகழ்ச்சிகள்ல நடிச்சு கஷ்டப்பட்டு முன்னேறினாரு.

நம்ம படத்துல யோகிபாபு நடிச்சா... அந்தப் அப்டம் காப்பாத்தப்படும், நம்ம படத்துல காமெடி ட்ராக்ல யோகிபாபு நடிச்சா அந்த காமெடி நின்னு ஜெயிக்கும் அப்படினு படம் எடுக்குறவங்க நம்பிக்கை வைக்கிற லெவலுக்கு தன்னைக் கொண்டு வந்து நிறுத்தியிருக்காரு யோகிபாபு.

அந்தக் காலத்துலருந்து சிலர் இண்டியூஸிவல் காமெடில முத்திரை பதிச்சாங்க. அப்படிப்பட்ட தனிமனித காமெடியில் தனிச்சு நிக்கிறாரு யோகிபாபு.

இப்ப வந்த லவ் டுடே வுல பாருங்க... ஒரு ஸீன்ல பேரை அள்ளிப் போட்டுக்கிட்டு போய்ட்டாரு.

பேரு எடுக்கிறது முக்கியமில்ல... அதை தக்க வச்சுக்கவும் செய்றாரு யோகிபாபு.

செட் அஸிஸ்டெண்ட்டா சூரி வேலை பார்த்துக்கிட்டிருந்த காலத்திலருந்தே தெரியும். ஆனா தன்னை முன்னெடுத்துச் செல்ல ரொம்ப முயற்சிகள் செஞ்சு இந்த இடத்துக்கு வந்திருக்கார். அதிலும் சிவகார்த்திகேயனும், சூரியும் சேர்ந்தா காமெடி செமயா இருக்கும்.

ஸீன்ல மட்டுமில்ல... ஷூட்டிங் ஸ்பாட்ல உட்கார்ந்திருக்கையில இவிய்ங்க அள்ளித் தெளிக்கிற காமெடி சும்மா பிய்ச்சு எறியும். கேட்கிறவய்ங்க சிரிச்சு உருளணும்.

வெற்றிமாறன் ஒரு பெரிய டைரக்டர். அவரு சூரிய கதை நாயகனா வச்சு படம் பண்றதுன்னா... சூரி எந்தளவுக்கு தன்னோட

சந்தானம்

திறமையை வளர்த்திருக்கணும். இந்தப் படத்துல விஜய்சேதுபதியும் நடிக்கிறார். ஆனாலும் கதை நாயகன் சூரி தான். வெற்றிமாறன் என்கிட்ட இந்த கதையோட லைன் சொன்னார். ரொம்ப நல்லா இருந்தது. இந்தப் படத்தில் நானும் ஒரு ஸீன்ல நடிச்சிருக்கேன்.

மண்வாசனை மிளிரக்கூடிய ஒரு அருமையான நடிகர் சிங்கம்புலி. பேஸிக்கா அவர் ஒரு ரைட்டராவும் இருக்கிறதுனால டைரக்டர் என்ன சொல்றார்ங்கிறத உள்வாங்கி, அதை எப்படி பிரஸண்ட் பண்ணினா நல்லா இருக்கும்னு, யோசிச்சு நடிப்பார்.

இப்ப நான் சொன்ன காமெடி நடிகர்க்கள்லாம் குணச்சித்திர கேரக்டர்லயும் பிரமாதம் பண்ணுவாங்க. எனக்கு குணச்சித்திர கேரக்டர்ல நடிக்கணும்னு ஆசை இருக்கு.

ஆனா... எல்லாரும் என்னை காமெடியனாவே பார்க்குறாங்களே.....

அடிச் செங்கலை உருவக்கூடாது!

நாம வாழ்க்கைல எத்தனையோ விதவிதமான மனிதர்களைச் சந்திக்கிறோம். சாதாரணமானவங்களே இப்படி வெரைட்டியான ஆட்களைச் சந்திக்கிறபோது, பிரபலங்களுக்கு கேட்கவா வேண்டும்.

'நடிகர் திலகம்' சிவாஜி, சினிமாவில் ஏகப்பட்ட வெரைட்டியான கேரக்டர்களை பண்ணீருக்கார். இது வியப்பா இருக்கும். ஒருமுறை நான் சிவாஜியப்பாகிட்ட கேட்டேன்...

"அது எப்படிப்பா நீங்க விதவிதமான கேரக்டர்களைப் பிடிக்கிறீங்க?"

"நீ ஒருநாள் சென்ட்ரல் ரயில்வே ஸ்டேஷன்லயோ, எக்மோர் ஸ்டேஷன்லயோ போய் உட்கார்ந்துக்க. நைட் வரைக்கும் அங்க உட்கார்ந்து வாட்ச் பண்ணு. எத்தனை விதமான கேரக்டர்ஸ் அங்க உலாவுது தெரியுமா? அதுல உனக்கு வித்தியாசமா ஒரு ஆள் தட்டுப்பட்டா... அந்த ஆளைக் கொஞ்சம் ஃபாலோ-அப் பண்ணி... அவனோட நடை, உடையை அப்சர்வ் பண்ணு. அது உன் மனசுல நல்லா பதியும். அதை பேங்க்ல பணம் போட்டு வைக்கிற மாதிரி மனசுல டெபாஸிட் பண்ணி வச்சுக்கணும். கோயில்ல, பீச்ல, தியேட்டர்ல... இப்படி எத்தனையோ இடங்கள்ல, எத்தனயோ விதமான மனிதர்களைப் பார்க்கலாம். அவங்களோட உடல்மொழிய நீ உள்வாங்கி வச்சுக்கிட்டா, தேவைப்படும்போது

பயன்படுத்திக்கலாம். வாழ்க்கைல வேஸ்ட்டுன்னு எதுவுமே இல்லைங்கிறத நீ புரிஞ்சுக்கணும். வேஸ்ட்டுன்னு நினைக்கிற விஷயத்துல கூட யூஸ்ஃபுல்லான விஷயம் இருக்கும்" என்றார் சிவாஜியப்பா. அவர் சொன்னதை ஞாபகத்துல வச்சுதான், என்னோட யூடியூப்புக்கு 'வேஸ்ட் பேப்பர்'னு பேர் வச்சேன்.

ஒரு டைரக்டர் தன்னோட ஊர்ல, தான் பார்த்த கேரக்டர்களை கதையாக்கி, அதை திரைக்கதையாக்கி, வசனம் எழுதி, தயாரிப்பாளர்கிட்ட சொல்றார். அதன் பிறகுதான் அது படப்பிடிப்புக்கு வருது. அந்த கேரக்டர்ல நடிக்கும்போது, அதை அப்படியே செய்யணும். தேவைப்பட்டா மட்டும் அதை மெருகேத்தலாமே தவிர, தன்னோட அறிவைக் காட்டுறதுக்காக, கேரக்டரோட தன்மையையே மாத்தக்கூடாது.

தலையீடுகள் எப்பவுமே தப்புங்கிறது என்னோட அபிப்ராயம். கதையோட, கதாபாத்திரத்தோட அடிச்செங்கலை உருவக்கூடாது. ஏன்னா... இன்னிக்கி வர்ற இளம் டைரக்டர்கள் ரொம்ப வித்தியாசமா சிந்திக்கிறாங்க.

'என்னடா இது... இவ்வளவு வருஷமா நாம ஃபீல்டுல இருக்கோம். நமக்கு இப்படி ஒரு யோசனை தோணலையே'ன்னு ஆச்சர்யப்பட்டிருக்கேன். உதாரணத்துக்கு சொல்லணும்னா... ஹெச்.வினோத்தைத்தான் சொல்வேன்.

'சதுரங்க வேட்டை' கதையை கேட்டதுமே... இப்படியெல்லாம் நாட்டுல நடக்குதுங்கிற விஷயமெல்லாம் அதுக்கு முன்ன எனக்குத் தெரியலை. ஆனா... தன்னோட கதைச் சம்பவங்களுக்கு ஆதாரத்தையே காட்டினாரு.

படம் வெளியான பிறகு... "எப்படி சார் நீங்க... ரொம்ப ரகசியமா நடக்கிற இந்த மாதிரி விஷயங்களை அச்சுப் பிசகாம படமா எடுத்தீங்க?"னு என்கிட்ட கேட்டாங்க.

இன்னும்கூட பல நல்ல கதைகள் கேட்டு வச்சிருக்கேன்.

'சதுரங்கவேட்டை-2' படப் பிரச்சினைகள் முடிஞ்சு, படம் ரிலீஸ் ஆன பின்னாடிதான், நான் அடுத்த பட தயாரிப்பைப் பத்தி யோசிக்க முடியும். ஏன்னா... இந்தப் படத்துக்கான பணம் சம்பந்தப்பட்டவங்க, அடுத்த படம் நான் தொடங்கினா அதுல குறுக்க நிப்பாங்க. அதேசமயம்... "எதுக்கு நாம் படம் தயாரிக்கணும். தொடர்ச்சியா நடிக்க சான்ஸ் வருது. பேசாம நடிச்சிட்டுப் போலாமே... ஏன் படம் தயாரிச்சு அவஸ்தைப் படணும்?"னு தோணுது. அந்த அளவுக்கு வெறுத்துப் போன

மனநிலைல இருக்கேன்.

இருந்தாலும் என்னை நானே என்கரேஜ் பண்ணிக்கிற குணம் எனக்கு உண்டு. அதனால... படத் தயாரிப்ப தொடர்ந்து செய்வேன்.

நக்கீரன் வாரமிருமுறை பத்திரிகைல என் வாழ்க்கை அனுபவத்தை தொடரா படிக்கிறவங்களும், முதல் பாகம் புத்தகமா படிசவங்களும் ரொம்ப பாராட்டினாங்க.

இது பயோ-பிக் என்றாலும் இதோட பாவனை சிறப்பா இருக்குனு சொல்றாங்க.

பொதுவா நான் இருக்குற இடம் கலகலப்புக்கு பஞ்சமில்லாம இருக்கும். அதுக்குக் காரணம் என்னனு பார்த்தீங்கன்னா... என்னோட அனுபவத்துல கிடைச்ச பழைய சம்பவங்களை பகிர்ந்துக்கிறதுதான்.

பலப்பல பெரியவங்ககிட்டருந்து, பலப்பல அனுபவங்களை பார்த்தே கத்துக்கிட்டவன் நான்.

உதாரணத்துக்கு ஒண்ணு சொல்றேன்...

டைரக்டர் ஸ்ரீதர் சாரை சந்திச்சு 'காதலிக்க நேரமில்லை' படத்தை ரீ-மேக் செய்ய விரும்புறதா சொன்னேன்.

"யாரை ஹீரோவா போடப் போறே?" என கேட்டார்.

''அதுல ரவிச்சந்திரனும், முத்துராமனும் ஹீரோவா நடிச்சாங்க. இன்னிக்கி யங்ஸ்டர்ஸ் ஹீரோக்கள்ல ரெண்டு பேரை நடிக்க வைக்கலாம்'' என்கிற யோசனையைச் சொன்னேன்.

என்னை முறைத்துப் பார்த்தவர், "உனக்கு அறிவிருக்கா?'' என்று கேட்டார் கோபமாக.

நான் திகைத்துப் போய் "என்னப்பா?'' என்றேன்.

'காதலிக்க நேரமில்லை' படத்தோட ஹீரோ யார் தெரியுமா? டி.எஸ்.பாலையாதான். அந்த ரோலுக்கு யாரைப் போடப் போற? அதைச் சொல்லு?'' என்றார்.

டி.எஸ்.பாலையா ஒரு பத்துநாள் கால்ஷீட் ஃபிரீயா இருக்கார்னு தெரிஞ்சு, அவரை மையமா வச்சு, அவரைக் கூட்டிட்டுப் போய், ஆழியாறு டேம் பகுதிகள்ல ஷூட்டிங் நடத்தின ஸ்ரீதர், அதுக்குப் பிறகுதான் மத்த கேரக்டர்களை கோர்த்திருக்கார்.

ஸ்ரீதர் சொன்னதும் எனக்கு வியப்பாக இருந்தது.

'டூயட் பாடுறதுனால மட்டும் ஒருத்தரை ஹீரோவா நினைக்கக்கூடாது'னு ஸ்ரீதர் மூலமா தெரிஞ்சுக்கிட்டேன்.

கே.பாலசந்தர் சார்கிட்ட நிறைய கத்துக்கிட்டேன்.

எங்க டைரக்டர் பாரதிராஜாகிட்ட எவ்வளவோ விஷயங்

களைக் கத்துக்கிட்டேன். எடுக்க முடியாத கதைகளைத்தான் எடுப்பார். அதை பிரமாதமா பிரஸண்டேஷன் பண்ணுவார். பேப்பர்ல எழுதி வச்ச கதை என்னவோ சின்னதாத்தான் இருக்கும். ஆனா படமா வரும்போது பிரம்மாண்டமா இருக்கும். எவ்வளவு வருஷம் அவர்கிட்ட ஒர்க் பண்ணீருக்கேன். ஆனா என்னால புரிஞ்சுக்க முடியாத விஷயம்... எதுக்கு இந்த க்ளோஸ்-அப் ஷாட் எடுக்குறாரு? என்றுதான்.

எடிட்டிங்ல அந்த க்ளோஸ்-அப் ஷாட்ஸை பயன்படுத்தி ஒரு கிரியேஷன் பண்ணுவாரு பாருங்க... அது அநியாயத்துக்கு அழகா இருக்கும். அங்க நிற்பார் பாரதிராஜா.

மணிவண்ணன், ரங்கராஜ், ஆர்.சுந்தர்ராஜன்... இவங்ககிட்டவெல்லாம் அவங்களோட வொர்க் ஸ்டைலைப் பார்த்து நிறைய கத்துக்கிட்டேன்.

'திரைக்கதை மன்னன்' கே.பாக்யராஜ் சாரோட டேலண்ட்டே தனி. ஒரு மையப் புள்ளியைப் பிடிச்சுக்கிட்டு புள்ளிக்கு முன்னவும், புள்ளிக்கு பின்னவும் ஸீன் பின்னி, அருமையா கதை ரெடி பண்ணுவார். சில சமயம் க்ளைமாக்ஸை புடிச்சிட்டு, அதுக்கேற்ப கதை பண்ணுவார்.

இவ்வளவு அனுபவங்களை நான் உங்ககிட்ட பகிர்ந்துக்கிட்டதுக்கு என்ன காரணம்னா... உங்களுக்கு இதுல ஏதாவது ஒரு அனுபவம் கிடைக்கும்னுதான்.

இன்னும் நிறைய அனுபவக்கள் இருந்தாலும், அதையும் இப்பவே சொன்னா... 'மனோபாலா காவியமா எழுதுறான்?'னு ஒரு சலிப்புகூட வந்துடலாம். அதனால இப்போதைக்கி, இத முடிச்சுக்கிறேன்.

"நீங்க உங்க அனுபவத்தை எழுதுங்க... நல்லா வரும்" என ஒரு விழாவில் பார்த்துச் சொன்னார் நக்கீரன் ஆசிரியர் நக்கீரன்கோபால் அவர்கள். சொன்னபடி பத்திரிகைல எனக்கான ஸ்பேஸைக் கொடுத்தார். நான் சொல்லச் சொல்ல... அதை பிசகு இல்லாமல் எழுதின சகோதரர் இரா.த.சக்திவேல், பழைய புகைப்படங்களை கொடுத்து உதவிய போட்டோ ஞானம் மற்றும் நக்கீரன் பப்ளிகேஷன்ஸ் ஆசிரியர் முழு, தொழில்நுட்ப குழுவின ருக்கும், ஆதரவு அளித்த மக்களாகிய வாசகப் பெருமக்களே உங்களுக்கும் என் மனமார்ந்த நன்றியும், வாழ்த்துகளும்!

நன்றி... மீண்டும் சந்திப்போம்!